Stray Truths

Stray Truths

SELECTED POEMS OF **EUPHRASE KEZILAHABI**

Edited and translated by **Annmarie Drury**

MICHIGAN STATE UNIVERSITY PRESS | EAST LANSING

♾ The paper used in this publication meets the minimum requirements
of ANSI/NISO Z39.48-1992 (R 1997) (Permanence of Paper).

Michigan State University Press
East Lansing, Michigan 48823-5245

Printed and bound in the United States of America.

22 21 20 19 18 17 16 15   1 2 3 4 5 6 7 8 9 10

Library of Congress Control Number: 2015937243
ISBN: 978-1-61186-182-2 (pbk.)
ISBN: 978-1-60917-469-9 (ebook: PDF)
ISBN: 978-1-62895-241-4 (ebook: ePub)
ISBN: 978-1-62896-241-3 (ebook: Kindle)

Book design by Charlie Sharp, Sharp Des!gns, Lansing, Michigan
Cover design by Shaun Allshouse, www.shaunallshouse.com
Cover image is *The Load and the Hoe* (lithograph) © Elimo P. Njau. All rights reserved.

Michigan State University Press is a member of the Green Press Initiative and is
committed to developing and encouraging ecologically responsible publishing
practices. For more information about the Green Press Initiative and the use
of recycled paper in book publishing, please visit *www.greenpressinitiative.org*.

Visit Michigan State University Press at *www.msupress.org*

CONTENTS

FROM *DHIFA* (2008)

ACKNOWLEDGMENTS

For their terrific friendship to this project, the translator gratefully thanks Ann Biersteker, Charles Cantalupo, Kai Kresse, N. S. Koenings, Kyallo Wamitila, Albert Kanuya, and especially Euphrase Kezilahabi. At Michigan State University Press, J. Alex Schwartz has been the most patient and encouraging of editors. Thanks to the English Department at Queens College of the City University of New York and to the Dean of Arts and Humanities, Bill McClure, for providing subvention for this volume. At Queens, Roger Sedarat and Jeff Cassvan discussed the work with me in very helpful ways. This project was supported by a grant from the PEN Translation Fund that proved essential to its completion.

Swahili poems are reprinted with kind permission from Euphrase Kezilahabi, Dar es Salaam University Press, and Vide-Muwa Publishers.

Grateful thanks to the editors of the following journals and online magazines where these translations first appeared, sometimes in different form:

- *Asymptote*: "Welcome Inside"
- *The Dirty Goat*: "Evening Meal"; "Resolution"; "The Death of Red Cockroaches"; "The Seed"
- *MPT: Modern Poetry in Translation*: "Fishing at Lake Victoria"; "Sorting the Rice"; "Moth"; "Flood"; "Thread"
- *Raritan*: "Solar Eclipse"; "The Bedbug's Song"; "Again and Again"; "Truth"
- *Warscapes*: "Namagondo"; "Namagondo II"; "Namagondo III"; "The Word"

TRANSLATOR'S INTRODUCTION

This volume brings into English a substantial selection of poetry by one of Africa's major living authors. Well known throughout the Swahili-speaking world and among Africanists, Euphrase Kezilahabi's writing remains little read by other audiences. While there are some European-language editions of Kezilahabi's fiction, and some of his poetry has been translated into Italian, no English translations of his novels exist, and this is the first English-language edition of his poetry.[1]

Kezilahabi became a polemical figure in Swahili poetry when he published his first collection of verse in 1974, the year he turned thirty. Titled *Kichomi* (stabbing pain), it was introduced with two eloquent prefaces, one by the poet himself, that defended the use of free verse.[2] These essays cannily anticipated the nature and depth of the resistance that Kezilahabi's poems would meet among "traditional" Swahili poets—that is, poets writing and publishing in the centuries-old forms common in the language. This resistance has been energetic and sustained. When I interviewed traditional poets in Tanzania in the mid-1990s, Kezilahabi was frequently mentioned as a problem figure: a turncoat, an enemy of poetic craft. Among other readers, however, both in East Africa and abroad, he is understood as a key figure of modernization and democratization, a renovator of the Swahili literary tradition.

When Kezilahabi began writing in free verse, the project of bringing *lugha ya kila siku*, or everyday language, into poetry was central to his work. In thinking about this effort, we begin to see how his status as a pioneer has meaning to English-language readers, not merely as an abstract virtue but also as part of the voice he brings to literature. In both form and lexicon, traditional Swahili poetry (the writing of which has historically been centered in coastal East Africa, six hundred miles from the upcountry island of Kezilahabi's birth) is influenced by Arabic language and prosody. The complex exigencies of Swahili forms, together with poets' preference for Arabic-influenced vocabulary, make much of traditional Swahili poetry recondite. Among younger readers, especially, and among readers who live in the hinterland, poetry has a reputation for incomprehensibility; many published collections have their own glossaries to help readers make sense of abstruse vocabulary and verb forms. Kezilahabi's early poetics critique these practices. They do not do so dogmatically, for as Kezilahabi would well know, my everyday is not yours, is not his, and his poems ponder idiom, individual and communal. Yet for all that, they do not typically ask Swahili-speakers to open their dictionaries.

While Kezilahabi's poems gain lexical transparency, they take on complexity in image and syntax. His emphasis on the development of complex images and his strategies for using them to organize poems were new to Swahili, as early readers understood. Introducing Kezilahabi's most recent collection, *Dhifa* (2008), K. W. Wamitila remarks that he still remembers the impression "Kisu Mkononi" ("Knife in Hand," 1974) made upon him when he read it decades before. The succession of strange, inventive images, the rendering of interiority, the intensive evocation of personal despair—nothing quite like this had happened before. At the same time "Knife in Hand" can be read—in the way another essential poem, "Resolution" ("Azimio," 1988), must be—as an expression of postcolonial disillusionment. That Kezilahabi's use of imagery develops over the course of his work is evident with the reading of such a sequence of poems as "Knife in Hand," "Evening Meal" ("Chai ya Jioni," 1988), and "Flood" ("Mafuriko," 2008). Communication with images gives way to thinking by and through images. Imagery becomes a means of exploration and discovery and a way, if not of solving problems or resolving situations, of discerning what the problems and situations are.

Another source of structure in Kezilahabi's free verse, and one that has implications for the voice of his poems, lies in grammatical patterning. The noun-class system of Swahili generates many words with initial vowels, and the language's system of affixes means that a great deal of semantic shading occurs in the first syllable of a word. Kezilahabi's poems use assonance as a source of unity. They also pose subtle questions about the relations of things: of one concept to another, of one creature to another, of action to concept. The patterns that generate this questioning cannot be replicated in English, but a certain tone of wondering and experimenting that I think emerges in English may be linked to grammatical circumstances in the original language. The speaker in "Flood" subtly asks readers to consider the relationships among the three propositions in the first stanza (lines 1–3, 4–6, and 7–14) and then about the relationship of that entire stanza to the narration of the second stanza, even as he seems to be thinking through these relationships himself. Linguistically, Kezilahabi's early free-verse practice involved an experiment with composing first in English, as he notes in his preface to *Kichomi*. Of the selection here, "Fishing at Lake Victoria" and "The Nile River" were English-composed. Whether and how that initial writing in English affected the Swahili or, again, my English translation—a return that is not exactly a return—may be an interesting question.

Kezilahabi's coming of age coincided with the end of the colonial era. He was born in 1944 on Ukerewe Island in Lake Victoria, in Tanzania (then Tanganyika), and he grew up in the village of Namagondo, titular to three poems in this collection. He studied at mission schools on Ukerewe and later received a BA from the University of Dar es Salaam and a PhD from the University of Wisconsin at Madison, where he wrote about complications involved in synthesizing African philosophy with European and American modes of literary interpretation. In 1961 Tanganyika gained independence from Britain, and in 1964 union with Zanzibar created Tanzania. In 1967 Julius Nyerere, Tanzania's first president, announced the socialist program of *ujamaa*—named in "Sorting the Rice" ("Kuchambua Mchele," 1974)—and a disastrous attempt at agricultural collectivization ensued until the mid-1980s. Politically, the first thirty-five years of independence were dominated by Nyerere's party, TANU (Tanzania African National Union, as it was called from independence until 1977), and its successor, CCM (Chama Cha Mapinduzi, or the Revolutionary Party, as it is called still today). Kezilahabi remained in Tanzania for most of the country's first three postindependence decades, and the events and problems of this era circulate in his poetry. He earned a living by teaching at secondary schools in Tanzania and at the University of Dar es Salaam before joining the department of African languages and literatures at the University of Botswana in 1995. Three years before that departure, Tanzania had legalized the existence of parties besides CCM.

In addition to three volumes of poetry, Kezilahabi has written six novels, widely read in East Africa, and edited a volume of Tanzanian proverbs. In fiction, he has moved from realistic exploration of social failings, as in *Rosa Mistika* (1971)—perhaps his most famous novel, which focuses on the exploitation of schoolgirls by their teachers—to more figurative, postmodern narratives, including *Dunia Uwanja wa Fujo* (2007, roughly "the world an arena of chaos").

Several impulses governed the selection of this poetry, which is drawn from each of his volumes in roughly equal parts. Some poems, like "Knife in Hand" and "Resolution," were so signally articulate in their time as to make omission unthinkable. A series of poems adumbrating not only a stubborn defense of free-verse poetics but also a desire for belonging within the literary sphere is essential to the oeuvre. Such poems include "Welcome Inside" ("Karibu Ndani," 1988, the title poem of his second collection) and the two "Remembrance" poems, as well as "Introduction" ("Utangulizi," 1974) and "The Seed" ("Mbegu," 1988). Another important thematic line in Kezilahabi's work comprises poems where exploration of personal loss coincides with representation of disappointed expectations on a national scale. Kezilahabi excels at this articulate merging of spheres, which he has long practiced, and we find it in such poems as "Evening Meal," the village elegies ("Namagondo," 1974; "Namagondo II," 1988; and

"Namagondo III," 2008), and "Fishing at Lake Victoria" ("Uvuaji wa Samaki Victoria," 1974). "Moth" ("Nondo," 1988) similarly articulates a connection between individual anxiety and national vulnerability. The feminine figure of Nagona, central to the poet's novel of that name (1990), makes an appearance in "The Word" and, unnamed, at the end of "Silent Dance" ("Ngoma ya Kimya," 1988). This cryptic woman signals possibilities for personal and national renewal. "The Word" affiliates her with the poet's task of preserving truth in language.

But here articulation of principle degenerates into thematic exposition. It would be disingenuous to suggest that personal affinities had no role in the selection of these poems, and it should go without saying that they have many further preoccupations. Among my favorites are the love poems, from the early tenor of struggle and disillusionment in "The Bedbug's Song" ("Wimbo wa Kunguni," 1974) and "Evening Meal" to the leavening of "Again and Again" ("Tena na Tena," 2008) and the sweetly idiosyncratic celebration of "Thread" ("Uzi," 2008).

As Kezilahabi suggested in our conversations, the longer narrative poems should not be neglected, especially (I add) because they forge a connection to the oral traditions that were part of his childhood and that he came in adult life to study as a gifted interpreter. It is perhaps in a poem like "Welcome Inside" that we find the most direct expression of relationship between Kezilahabi's poetry and the oral narrative traditions of Tanzania and beyond. The shifting scene, the sage old woman introducing a collection (here, of instruments) from which a choice must be made, the moment of magical transformation through dance, and the late dissolving of scene and speaker catalyzed by the old woman: all these align the poem with oral storytelling strategies. Throughout, the inimitable voice of Kezilahabi tinges the narrative—as would the voice of any tale-teller— emerging nowhere more distinctly than in the poem's closing backward glance and the subtly vital scene of the wandering dog rendered by a speaker quietly triumphant. There is intertexuality, for Kezilahabi names his poet-speaker "Kichwamaji" (here translated "the Fool"), directing readers toward his novel (1974) of that name.[3] As translator, I had to grapple with my anxieties about the estrangement of this narrative poetry from a lyric tradition dominant in English. The confrontation with "the untranslatable" that Goethe calls essential to awareness of a foreign world operates here, for it is not possible to replicate in English the identity of a poem like "Welcome Inside" in its original language.

For any several poems, an absorbing book might be written on the challenges of translation. I offer a few notes. As anyone who is familiar with Swahili is aware, pronouns in the language are ungendered, and in English this presents special complications for the rendering of the third person. The Swahili "yeye," when used to refer to a poet, as in "The Word" ("Neno"), signals nothing about gender, and when the pronoun is dropped—as it often is in Swahili—the third-person verb form that remains is likewise gender-neutral. Similarly, no gender is assigned to the figure of divinity in "Being Here" ("Kuwako," 2008). This problem of gendered pronouns in English matters especially because Kezilahabi is so attuned to issues of gender—*Rosa Mistika* was but the first of many writings critiquing societal attitudes toward women. Across a colloquy of poems, the necessity of choosing a gendered pronoun in English creates unfortunate opportunity for nurturing a patriarchal or matriarchal cast not in the original, or for inflicting upon lines the painful contortions of he/she locutions or of footnotes. In "The Word" and "Being Here," I have chosen "he" as the least problematic (*not* unproblematic) among infelicitous choices.

The complex association these poems have with Swahili tradition will not be fully evident to a reader in English, and they merit some remark. As I have suggested, Kezilahabi's rejection of the dominant poetics results in a poetry that nevertheless returns to old Swahili practices in crucial ways. It is conventional in Swahili poetry, for example, for poets to address one another in their work. This Kezilahabi does in "The Seed," which exhorts a famous traditional poet of Tanzania (Amiri Sudi Andanenga) to welcome the practice of free verse. A poem like "Gentleness of the Cuttlefish" ("Upole wa Mkizi," 2008) draws, in a radically condensed way, on Swahili practices in which poets extend one another's lines: first we hear "the poet," then a first-person extension apparently from our poet, Kezilahabi, that is cryptically reidentified almost at once as coming from "the voice of silence." Two poems from Kezilahabi's first volume elegizing revered Tanzanian poets, Shaaban Robert (1909–1962) in "Remembrance 1" ("Kumbukumbu 1," 1974) and Mathias Mnyampala (1917–1969) in "Remembrance 2" ("Kumbukumbu 2," 1974) render conversations among poets, with "Remembrance 2" resurrecting Mnyampala for a graveside chat in a metaphorical idiom. Poetry, the lines remind us as they perch a vital Mnyampala atop his own headstone, is uniquely capable of this kind of revival: of person, of thought, of dialogue. These poems, like others from *Kichomi* such as "Knife in Hand," return to debates that unfolded in newspaper poetry pages during the 1960s.

In "Initiation Song" ("Wimbo wa Unyago," 2008), Kezilahabi reminds readers of another dimension of antique practice. This title recalls the revered, mysterious poetic tradition associated with the mythical Swahili hero Fumo Liyongo, and it hints at the loose metrical and rhyming patterns of the Swahili *wimbo* (or "song") form. Characteristically, however, Kezilahabi uses his reference to tradition as a tool for social commentary. In an allusion to the tradition of the blazon in antique Swahili poetry, "Initiation Song" transforms the enumeration of physical beauties into a critique of attitudes that infantilize women. One might also hear in the background such a poem as K. Amri Abedi's exhortatory "Oa Mwanakwetu Oa" ("Marry, Son, Marry").

Virtually invisible in English are those moments where Kezilahabi's lines engage with traditional form by invoking it. The hard medial caesura that occurs across large sections of "Karibu Ndani," for example, sometimes in lines written in an 8x8 syllabic pattern evocative of the *shairi* form (as in line 6, "Hakuna tena ngoma, ya kugeeana kani") signals that the poem is hearing traditional prosody as it pursues its quest for transformation. What such glances at traditional prosody accomplish would be fun to debate—but it is hard to have the discussion when they cannot really be felt, and that feeling seems scarcely available in the English lines.

In his many poems that employ metaphor to communicate critique, Kezilahabi's writing has an affinity with the large body of "traditional" Swahili poetry that uses metaphor, or the giant metaphor-in-motion that is conceit, to advance social and political commentary. A poem like "Fishing at Lake Victoria," through the narration and meditation of its lyrical speaker at the shore, conveys a second story of a naive community's exploitation by foreigners. The speaker in "Sorting the Rice" represents postindependence frustration through the fruitless work perpetually undertaken by workers who never enjoy a good meal. The dog in "Dog" ("Jibwa," 2008) is something else besides, as the lexicon of the original poem signals when it describes the animal's supremacy in the terms (*kushika hatamu*, literally, to take up the reins) that Swahili newspapers use in denoting the supremacy of a political party.[4] Where Kezilahabi's poems most transform the metaphorical habits of "traditional" poetry is perhaps in pacing: his poems veer in and out of levels of figuration, instead of steadily elaborating a metaphor until a poem's closing lines, where extra pressure would conventionally be put on the presence of metaphor—for example, by allusion to the audience's task of decoding it. There is transformation as well in this poetry's tendency toward self-consciousness. "Statement" ("Hoja," 2008) offers us a speaker toying with and rejecting metaphorical possibility in the scene of a lion and gazelle and thinking, thus, about what kind of event holds meaning.

Many challenges that these poems present to a reader in English also exist in the Swahili, including the presence of cryptically named figures—characters, if you will—and an impulse toward abstraction. Besides Nagona and the Fool, with their links to Kezilahabi's novels, these poems present others. Who or what is the Lion-Man in "Knife in Hand"? Who is Effendi Anger, who materializes in the middle stanza of "Union" ("Muungano,"

2008)? The poems want us to ask these questions, and although such figures have associations in the poet's mind, the poems hold open the possibility that no one knows better than readers (in any language) what the answers to these questions may be. Another challenge lies in the intensive abstraction of some poems. "Statement," for example, invents a compound word in the original Swahili (*haiba-hulka*) that fuses two complex abstractions in its quest to find the right name for what it means: to deliver something simultaneously resonant and unfamiliar.[5] Reading in Swahili, one's mind bends as it encounters the term. At such moments the poems toy with strategies for connecting idea to language. They become unapologetically abstract, "cerebral," as some readers put it, precisely because in Kezilahabi's poetics, experimentation where thought meets words is among poetry's most important work. The language is meant to give us pause.

These translations start from an acknowledgment that the poems in Swahili read like poems, and from recognition of an artistically inescapable consequence, that in English too they should read like poetry. That they do not originate in the English poetic tradition can readily be perceived. No special contortions, no foreignizing translation strategies, are required to emphasize or celebrate the alterity of this poetry, which is for foreign readers simply a fact of its existence. A translator's work lies in finding means to communicate the grace and the surprise—sometimes, the suddenness—in the tactics of representation these poems practice: sharing the way they create and dissolve images, sharing their underground strategies for positing arguments and for relating fictive worlds and life experience. Formally, I decided that the capitalization of each English line would convey too staid an impression relative to the Swahili; this is the one global change I have made.

Kezilahabi is a pioneer who knows and respects, yet rejects, the poetic tradition dominant in his culture; a citizen of postindependence Tanzania dismayed at how African institutions and practices fail Africans; and a campaigner for accessibility in literature who weaves his own, new complexity of image, syntax, and allusion. The complexity in his rhetorical and historical position makes his voice engaging and unique. In all of this, play has a role. The most simply and fully experimental of Kezilahabi's poems, "Pa!"—devised in an informal gathering of Swahili literati when each writer was asked to recite poetry from memory—is also the most perfectly translatable poem here. This is fitting, since for Kezilahabi the idiosyncrasies of experiment serve a deeply experienced hope for mutual intelligibility.

There is scarcely a greater or more unnerving privilege than to share so closely in the poetry of someone who is not oneself yet who becomes, in the best moments, a kind of borrowed self. My writing this means that the work is over. I miss it already, and yet, as these poems believe, the outward journey is the necessary one.

NOTES

1. Xavier Garnier has translated two of his novels, *Nagona suivi de Mzingile* (Bordeaux: Éd. Confluences, 2010) into French; Elena Bertoncini-Zúbková has translated poems into Italian in *Sofferenza: Poesie scelte* (Napoli: Plural, 1987).

2. The poem in this collection titled "Introduction" appears as part of the preface in that volume.

3. The word literally means "water-head." It is variously translated as "misfit," "dummy," or "idiot"; often, it suggests stubbornness or being a blockhead.

4. In English I find that it creates an unwarranted confusion in imagery to tell of a dog "taking up the reins" of power, for no clear allusion to political reportage is generated by the phrase.

5. *Haiba* can mean personality, character, charm, or beauty (whether physical beauty or charm, or beauty or charm in disposition or personality); *hulka* might be translated as constitution, human condition, or natural condition. I render the compound *haiba-hulka* as "humane character."

From Kichomi
(1974)

Utangulizi

Mtu yeyote akiniuliza
Kwa nini vina mizani,
Situmii na mistari na
Beti sitoshelezi.
Nitamwambia: Rafiki
Kuna njia nyingi za kwenda
Bustanini.
Lakini kama mtu yule yule
Kunizoza akiendelea na kuniambia
Njia niliyoitumia ni mbaya,
Nitamwambia:
Rafiki, twende nyumbani kwangu
Kwa mguu, na nyumbani kwangu
Tukifika jaribu kunifunza
Kutembea.

Introduction

If anyone asks me
why, as for rhymes and meter,
I don't use them and why, as for lines
and stanzas, they don't add up,
I'll say to him: Friend
there are many ways of going
to the garden.
But if that same person
keeps on nagging and telling me
my way is a bad one,
I'll say:
Friend, let's go to my house
on foot, and at my house—
when we arrive—try then to teach me
walking.

Uvuaji wa Samaki Victoria

Jana asubuhi ufukoni niliona watu
Wenye nguvu, wasohuruma, na walafi wakiimba
Na kuvuta kitu kirefu kutoka majini.
Uzitocho ulionekana kuwataka mashindano.
Hata hivyo walivuta tu.
Kwa nguvu zaidi sasa.
Niliweza kuhesabu meno yao.
Sijaona mashindano makali ya kamba kama haya
Kati ya wenye damu ya joto na wa baridi.
Mwishowe watoto wa Adamu walishinda,
Na *Neptune** aliacha mashindano,
Maana walikuwa na choyo kisimfano!
Baada ya kutolewa katika utawala wao, mamia
Walikuwa sasa wamelala mchangani
Wakirukaruka huku na huko
Ili kuepa mionzi mikali ichomayo.
Lakini wapi—walishtakiwa kwa kuchafua maji ya kunywa.
Na kwa kudanganywa na mmelemeto wa pesa,
Wadhalimu, waliwahukumu chunguni.
Niliondoka.
Saa kumi na moja nilikwenda tena kuogelea.
Wale watu walikuwapo bado, nusu uchi!
Walikuwa wakivuta tena!
"Tunafanya hivi mara tatu nne kwa siku," walisema.
Hapo peke yangu nilisimama, kwa hasira yenye huruma
Nikiomboleza na kuwalilia
Waombolezi wa wazamao
Na walimu wa uogeleaji.

Neptune: Mungu wa bahari (katika utamaduni wa Kirumi)

Fishing at Lake Victoria

Yesterday morning I saw people at the shore—
strong people, pitiless and greedy, singing
and pulling something long from the water,
the heaviness of which seemed to challenge them.
Even so, they pulled—
harder now.
I could count their teeth.
I've never seen such a fierce tug-of-war
between the warm-blooded and the cold.
In the end, the children of Adam triumphed,
and Neptune gave up the fight,
for they were greedy beyond measure.
Lifted into their control, thousands
were lying now on the sand,   • 5
flailing this way and that
to escape the harsh rays piercing them.
Impossible—they'd been charged with dirtying the drinking
    water.
And for being tricked by the gleam of coins,
the despots sentenced them to the cooking pot.
I left.
At five, I went back to swim.
Those people were still there, half naked!
They were fishing again!
"We do this three, four times a day," they said.
I stood there alone in compassionate anger,
sorrowing and crying
for those left behind to mourn the divers
and the teachers of swimming.

Ukweli

Aliyepiga kelele kijinga
Watu wakamcheka wakaudhika
Au kutetemeka na kufikiri
Mda wake hakupoteza
Hata kama aliuawa kama mnyama.

Tazama. Panya waliojifia kijinga
Katika mji wa *Oran**
Walileta baa kitisho
Watu vichwa wakainama
Wakingoja shoka juu ya shingo kushuka.

Tazama. Wapiga kelele ndio
Walioanzisha dini au mapinduzi.
Ukweli huja umekunjiwa
Ndani ya ngozi nzito ya ujinga
Huonekana baada ya mda mrefu wa kuchimba.

Oran: Mji uliopatwa na ugonjwa wa tauni katika hadithi iitwayo *The Plague* kwa Kifaransa *La Peste* iliyoandikwa na Albert Camus

Truth

Everyone laughed and felt annoyed
at the person foolishly making a racket
or trembled and thought about what he said.
He wasn't wasting his time
even if he was slaughtered like an animal.

Look. The mice who sacrificed themselves foolishly
in the city of Oran
brought a terrible pestilence.
People lowered their heads
waiting for the axe to fall on their necks.

Look. The ones making a racket are indeed
founders of religion or of revolution.
Truth comes folded up
inside heavy layers of foolishness
visible only after long investigation.

Namagondo

Nakumbuka Namagondo mahali nilipozaliwa.
Yako wapi tena mawele, mawele tuliyopiga
Leo hapa, kesho pale, kesho kutwa kwa jirani?
Viko wapi viazi vitamu vilivyo washinda walaji
Shambani vikajiozea kwa kutokuwa na bei?
Nalilia Namagondo kijiji nilipozaliwa.

Iko wapi tena pamba tuliyovuna kwa wingi
Vyumba vikajaa, watu tukavihama!
Nawakumbuka wanawake wenye nyingi shanga,
Karibu na barabara wakikoga kisimani.
Na hapa pembeni, watu wanavuna mpunga.
Uko wapi tena mpunga uliokitajirisha watu?

Hapa kwa mzee Mbura, pale kwa mzee Mfunzi
Jiraniye ni Kahunda, pale mzee Magoma
Karibu yake, mzee Nabange, pale mzee Lugina
Sasa wote wamekwenda waliokiongoza kijiji.
Miji mingine imevunjika, watoto wajihamia
Wameanza kufarakana kwa kujijengea miji!

Yaliyobaki, sasa ni yao makaburi
Huko mbali mwituni au karibu na barabara;
Katika kaburi la Misioni, kwenye vichuguu vingi
Na pale walipolala twaogopa kupita usiku!
Nalilia Namagondo mahali nilipozaliwa
Mahali nilipozaliwa kati ya ardhi na mbingu.

Wako wapi wafuasi wa *Muganga Gholita**

Muganga Gholita: Mwimbaji na mshairi mashuhuri Ukerewe

Namagondo

I remember Namagondo, the place I was born.
Where is the millet we pounded,
today here, next day there, the day after at the neighbor's place?
Where are the sweet potatoes so delicious they stunned their
    eaters,
that spoiled on the farm, fetching no price then?
I cry for Namagondo, the village where I was born.

Where is the cotton we harvested in plenty?
Rooms filled with it, and people had to move out.
I remember women wearing an abundance of beads
bathing at the spring near the road.
And here to the side people are harvesting rice.
Where is the rice that made people wealthy?

Here is Mr. Mbura's place, there Mr. Mfunzi's—
his neighbor is Kahunda—there Mr. Magoma's
and near him Mr. Nabange, over there Mr. Lugina's place.
Now they've all gone, who used to lead the village.
Some compounds are derelict; the children have moved.
They've begun to estrange themselves, building their own
    places.

What remains now are their graves,
far off in the forest or close to the road;
in the mission's mausoleum, among the many termite mounds.
And where they slept we're afraid to pass at night.
I cry for Namagondo, where I was born,
where I was born between earth and sky.

Where are the disciples of Muganga Gholita, the poet,

Na yako wapi mashindano ya zetu kubwa ngoma?
Zimebaki sasa *Mbugutu*[†] ngoma za ulevini!
Uko wapi mto *Nabili*[‡] uliokuwa ukifurika
Watu wakashindwa kuvuka wakasubiri utulie
Sasa umeanza kukauka, kazi kueneza kichocho!

Naikumbuka michezo yetu myeleka tuliyopiga
Visogo vikilamba mchanga sote tukishangilia
Bali[§] tukiicheza na kamali kuchanganya.
Mafahali tukiyapiganisha, kelele tukazipiga
Jasho likitutoka *Nabili* tulijiogea
Zimebaki sasa ni hadithi kuwasimulia watoto.

Wanakijiji wenzangu isikieni sauti ya leo:
Nyota zenu, zimeanza kuzimika.
Jua nalo, sasa latoa mwanga hafifu.
Mtungi wenu wa bahati chini unatazama
Kwani udongo wenu rutuba hauna tena:
Wakoloni waliufaidi siku zile za zama.

Yasikieni ya wataalam kwenu walioletwa
Sahauni, ule wimbo wa zamani.
Zingatieni ya mbolea na ujamaa vijijini.

Nakumbuka Namagondo mahali nilipozaliwa
Nakililia kijiji mahali nilipozaliwa
Mahali nilipozaliwa chini ya Jua na nyota.

[†]*Mbugutu*: Jina la aina fulani ya ngoma pengine huitwa Engabe
[‡]*Nabili*: Jina la mto
[§]*Bali*: Mchezo wa watoto wadogo wa kufukuzana

and where are our great dance competitions?
What remains now is Mbugutu, the dance of drunkenness!
Where is the Nabili River, then so full
that people couldn't cross until its currents settled?
It's drying up now and spreading sickness.

I remember the boxing matches we had,
all of us cheering the knockdowns.
We played *bali* and gambling games.
We set bulls fighting and made tremendous noise.
When we were sweaty, we swam in the Nabili.
What remains now are stories to tell children.

Fellow villagers, listen to the voice of today:
Our stars are going out,
and the sun's radiance is weaker now.
Your lucky water pot looks at the ground
because it misses your rich soil.
The colonists enjoyed it in days long past.

Listen to the experts who were brought to you.
Forget that old song.
Consider matters of fertilizer, of socialism in the villages.

I remember Namagondo, where I was born.
I cry for the village, the place I was born,
where I was born under sun and stars.

Wimbo wa Mlevi

Kama Mungu angewauliza wanadamu
Wanataka kuwa nani kabla ya kuzaliwa
Hilo ndilo lingekuwa swali gumu maishani.
Na watu wangeishi kujutia uchaguzi wao.
Mume angejutia hali yake na mke asingetaka kuwa mke
Mtawala na kabwela, mrefu na mfupi
Mweusi na maji ya kunde, mwembamba na mnene
Wote wangetamani kuwa kinyume cha walivyo.
Sijui nani angekuwa nani.
Lakini mimi mlevi ningependa kuwa ye yote
Mradi tu niruhusiwe kunywa pombe yangu.

Hapo nyumbani kwa baba Madaka hamjambo!
Ni usiku mi napita nakwenda zangu!

The Drunk's Song

If God were to ask people
before birth who they'd like to be
this would be life's hard question.
And people would live to regret their choices.
The husband would lament his state, and the wife wouldn't
    want to be a wife.
The ruler and the ordinary person, the tall one and the short,
the black and the tawny as water dyed by the brown bean,
the thin and the fat—everyone
would long to be the opposite of what they are.
I don't know who would be who.
But I, the drunk, would be glad to be anyone
provided only that I be allowed my beer.

• 13

Hello there in Mr. Madaka's house—are you fine?
It's night and I'm headed out on my way!

Mto Nili

Ninamwona huyo nyoka wa uchawi juu ya ramani
Amechomeka mkia wake ziwani
Piramidi zikijengwa, na Warumi wakipiga mahema,
Wakristu wakioshwa na kutakaswa, na dhambi zikielea mtoni

Ninawaona wakimwagilia mashamba yao kwa damu.
Ile damu ya watu waliozama zamani ziwani
Kwa sababu ya *pepo za Julai*.*
Ziwa, mto, bahari—maisha.

Kiini cha maisha yenu kimo katika kiini
Kitu gani kingetuunganisha zaidi ya hicho!
Sasa kwa nini Afrika ya weusi na Afrika ya weupe?
Lakini hapa nashikwa na bumbuazi.

Maelfu walifanywa watumwa, na maelfu
Waliuawa kwa sababu zisojulikana!
Halikuwa kosa lenu. Damu yetu
Iliwalewesha mlipotenda hivyo.

Moyo wangu unatulia nitazamapo ramani.
Ni adhabu ya kutosha kupashwa kuishi
Juu ya sahani yenye joto kali, ya kukaangia.
Na yaliyopita, yamepita.

Pepo za Julai: Pepo zivumazo wakati wa kipupwe mwezi Juni na Julai. Pepo hizi husababisha
watu kuzama ziwani, hasa wavuvi.

The Nile River

I see that sorcerous snake on the map.
It has sunk its tail into the lake:
see pyramids being built and the Romans pitching their tents,
Christians being purified and their sins floating off in the river.

I see people watering their crops with the blood
of others who went under long ago
because of the winds of July.
Lake, river, sea—life.

The center of your lives is at the center:
what could unite us more than this?
Why, then, is there an Africa of black people and an Africa of
     white people?
Here I'm overcome by confusion.

Thousands were made slaves, and thousands
were killed for reasons no one knows!
It wasn't your fault. Our blood
made you drunk when you did that.

It eases my heart to look at the map.
It's punishment enough to be forced to live
on a plate of such fierce heat, of frying heat.
And what passed has passed.

Mgomba

Mgomba umelala chini: hauna faida tena,
Baada ya kukatwa na wafanya kazi
Wa bustani kwa kusita.
Watoto, kwa wasiwasi wanasubiri wakati wao
Bustanini hakuna kitu
Isipokuwa upepo fulani wenye huzuni,
Unaotikisa majani na kutoa sauti ya kilio.

Hivyo ndivyo ufalme wa mitara ulivyo.
Mti wa mji umelala chini: hauna faida tena,
Baada ya kukatwa na wafanya kazi
Wa bustani kwa kusita.
Chumbani hakuna kitu
Isipokuwa upepo fulani wenye huzuni utingishao
Wenye hila waliokizunguka kitanda na kulia.
Machozi yenye matumaini yapiga
Mbiu ya hatari ya magomvi nyumbani.
    Magomvi
Kati ya wanawake
    Magomvi
Kati ya watoto kwa ajili ya vitu na uongozi.
Ole! Milki ya 'Lexanda imekwisha!

Vidonda vya ukoma visofunikwa
Ambavyo kwa mda mrefu vilifichama
Sasa viko nje kufyonzwa na inzi wa kila aina
Na vinanuka vibaya.
Lakini inzi kila mara hufyonza wakifikiri
Nani watamwambukiza.

Banana Tree

The banana tree lies on the ground: useless now,
hesitatingly cut down
by its gardeners.
Children nervously await their time.
There's nothing in the garden
except a certain sad wind
that shakes the grass with a mournful sound.

So this is polygamous rule.
The tree in the city lies on the ground: useless now,
hesitatingly cut down
by its gardeners.
There's nothing in the room
except a certain sad wind that rustles against
some cunning folks encircling a bed and weeping.
Hopeful tears
announce the danger of bitterness at home.
    Bitterness
among the women,
    bitterness
among the children over possessions and power.
Oh! Alexander's kingdom is finished.

The leprous sores uncovered
that were for a long time hidden
are fully exposed now and sucked by flies of every kind
and they smell terribly.
But the flies suck time and again, considering
whom to infect.

Kuchambua Mchele

Habari zilifika kutoka Arusha
Tukaanza kuchambua mchele wa ujamaa
Macho mbele, macho pembeni, tukitoa mchanga.
Tukafanya kaburi dogo la mchanga

Tukaanza kutoa chenga, mojamoja.
Vidole vikafanya kazi kama cherehani
Usiku na mchana; macho yakauma.
Tukafanya kichunguu kidogo cheupe

Chenga na mchanga vikawa vingi sana.
Tukapika baada ya muda mrefu wa kazi.
Tukaanza kula,
Tukakuta bado mchanga na chenga!

Lini tutakula bila mchanga, bila chenga?

Sorting the Rice

News came from Arusha
and we started sorting the rice of *ujamaa*.
Eyes to the front, eyes to the side, separating the stones,
making a little tomb of tiny stones.

And picked out the broken grains one by one,
our fingers busy like sewing machines.
Night and day—our eyes started hurting—
making a little white anthill of specks.

The pebbles and bits were so many.
We started cooking after a long while of working.
When we sat down to eat
we still found stones and broken grains!

When will we eat without the stones, without the broken
    grains?

Dhamiri Yangu

Dhamiri imenifunga shingoni.
Nami kama mbuzi nimefungwa
Kwenye mti wa utu. Kamba ni fupi
Na nimekwishachora duara.
Majani niwezayo kufikia yote nimekula.
Ninaona majani mengi mbele yangu
Lakini siwezi kuyafikia: kamba, kamba.

Oh! Nimefungwa kama mbwa.
Nami kwa mbaya bahati, katika
Uhuru kupigania, sahani ya mbingu
Nimeipiga teke na niigusapo kwa mdomo
Mbali zaidi inakwenda na siwezi tena
Kuifikia na hapa nilipofungwa
Nimekwishapachafua na kuhama siwezi.

Kamba isiyoonekena haikatiki.
Nami sasa sitaki ikatike, maana,
Mbuzi wa kamba alipofunguliwa, mashamba
Aliharibu na mbwa aliuma watu.
Ninamshukuru aliyenifunga hapa
Lakini lazima nitamke kwa nguvu
"Hapa nilipo sina uhuru!"

Consciousness

Consciousness has fastened me round the neck
and I'm tethered like a goat
to the tree of humanity. The rope is short
and I've already traced the circle.
I've already eaten all the grass I can reach.
I see a great deal of grass in front of me
but I can't get to it: rope, the rope.

Oh! I'm tied up like a dog.
And unfortunately, in the struggle
for freedom I kicked over my dish of heaven
and when I touch it with my mouth
it moves farther away, and I can't
reach it again, and I've already dirtied
this spot where I'm tied and can't move to another.

An invisible rope can't be cut.
And I don't want it to be cut, for
when the goat was freed it ruined
the farm, and the dog bit people.
I'm thankful to the one who tied me here
but I have to shout it out loud:
I'm not free in this place!

Tatizo

Inaonekana kama kwamba
Nje kuna giza lenye mwanga
Na ndani kuna mwanga wenye giza,
Nami nimekaa pasi mwanga wala giza.
Ni kama naona kama sioni.
Nimeinama kichwa, karibu kama mjinga
Karibu kama mwerevu. Kusoma siwezi,
Kuandika siwezi. Nimeshindwa kujua
Ninachojua. Lakini kitu hiki kama
Nakiogopa kama sikiogopi.

Problem

It seems as if
outside there's darkness with light in it
and inside there's light with darkness in it
and I sit in a place without light or dark.
It's as if I see that I don't see.
I've lowered my head: almost like a fool,
almost like a sage. I can't read
and I can't write. I can't manage to know
what I know. But if I fear this thing
it's as if I don't fear it.

Wimbo wa Kunguni

Mwanadamu kama hujui
Ndoa ni mkono karibu na goli
Na firimbi imelia.
Golini hamna mtu
Lakini goli upana futi moja.
Viatu vimechanika na mpira ni tofari.
Uwanja kijiji ndani ya nyumba.
Washangiliaji na wazomeaji wengi sana.
 Maswali mengi kama hayo
 Manung'uniko mengi kama hayo
 Matatizo mengi kama hayo
  sasa
Yaonekana ingawa zamani hayakuwako.

The Bedbug's Song

In case you don't know it, human,
marriage is a foul near the goal.
The whistle has blown
and the goal has no keeper, no one there,
but the space between the posts is just a foot.
Shoes: split; and the ball a block of cement.
The field is a little hamlet inside the house;
the cheerers, the jeerers: ever so many.
    Many questions like these,
    many murmurings like these,
    many problems like these
        now
emerge, although once they weren't here.

Kumbukumbu 1

Ingawa sikukuona wakati ukiwa mzima
Lakini katika Diwani nimeona matuta yako
Na kusikia sauti yako nzito ya kihakimu.
Kweli ulikuwa hujui kucheka na aliyetaka
Hadithi alikukimbia baada ya maneno machache;
Na mbishi hakurudi tena kwa kutopata
Nafasi ya swali kuuliza.
Lakini aliyetafuta wali bila mchuzi
Alikaa kukusikiliza ukimwaga hekima
Na alitoka akishangaa. Jua kupambazuka alirudi tena.

Katika ushairi licha ya hekima kumwaga
Ulitafuta kiaminifu ukweli wa maisha
Kwa picha na maneno yenye mizani kilio,
Na ukatuonyesha utamu wa titi la mama.
Vizu'u vi'anja vilivyokuja kwa bu vikifikiri
Sisi wa'ama tusoweza kuelewana kichini
Havikutambua kilichokuwa nguoni mwao.
Kwa hiyo basi Shaaban, nitakuzika kaburi
Moja na Muyaka na juu ya lenu kaburi
Nitaandika "Malenga wa Kiswahili."

Remembrance 1

Although I never saw you when you were alive
I saw your flowerbeds in your collections
and heard your voice weighty with a judge's authority.
Truly you didn't know how to laugh, and whoever wanted
stories fled from you after just a few words;
and the provocateur didn't return, not getting
any chance to pose a question.
But a person who wanted rice without sauce
sat down to listen as you poured out your wisdom
and left amazed. At daylight he returned.

Beyond pouring out wisdom, you searched
devotedly in poetry for truth in life,
through images, through words set in articulate meters,
and showed us the sweetness of a mother tongue.
Those baleful spirits who softly came, supposing
we had among us no surreptitious understanding,
couldn't see what was under their noses.
And so then, Shaaban, I'll bury you in the same
grave as Muyaka, and on your headstone
I'll write "Master Poets of Swahili."

Kumbukumbu 2

Nilikuwa nikitetemeka kwa baridi huko Malagasi,
Tumekaa duara eti tukizungumza Kifaransa,
Jiwe zito kutoka redioni lilipoanguka kati yetu
Na kuzima moto wa mazungumzo yetu, tukajikunyata.
Mara niliyakumbuka maneno yako kimoyomoyo:
    Wapiga picha pigeni, hu mwisho wa sura yangu,
    Itabaki kumbukoni, pamoja na jina langu,
    Lakini hasa machoni, nimehama ulimwengu.

Kifo cha mshairi kinawafurahisha wale
Madaktari wasemao, mshairi ananung'unika
Kuliko kiasi juu ya maisha ya binadamu;
Na kinawasikitisha wale wanaoamini
Mshairi, ingawa mwotaji, ana jambo la kusema.
Mchanga wa kaburi la mshairi una kiburi,
Na humwambia kila mpitaji kwa sauti ziso tuni:
"Yuko wapi aliyekiimba mkamfikiria mjuzi!"

Hatukukutana. Lakini mara ngapi nimekukuta
Bustanini ukiwachekesha watu, na mara ngapi
Nimeona jitihada yako ya kuwafanya fahali
Waafikiane? Mara ngapi msisitizo na mtiririko?
Naona watu wa mjini na shamba wamekaa
Ukiwafurahisha na kumfanya kila msikilizaji
Awe mshairi kwa Ngonjera! Kweli
"Wakati titi la nyati, hakamuliwa kwa shaka."

Nini basi nitakupa? Kitu gani wataka kutoka
Kwangu? Machozi yangu hayana gharama:
Yanatoka hata kwa moshi. Inafaa tuonane,

Remembrance 2

I was shivering with cold in Madagascar.
We were sitting in a circle talking, if you'll believe it, in French,
when from the radio a heavy stone fell among us,
extinguishing conversation as we shrank from it.
I spoke your words silently to myself:
>   Photographers, take your shot, capture one last time my
>   face.
>   It will endure in memory, together with my name,
>   but as far as sight is concerned, I've already left this place.

A poet's death pleases those
experts who say the poet grumbles
overmuch about the human condition,
and it saddens those who believe
the poet, though a dreamer, has something to say.
The dust in a poet's grave has a certain arrogance
and addresses each passerby in an unmelodious voice:
"Where is the chanting fellow you supposed a sage?"

We never met. But how many times have I found you
regaling people in your garden, how many times
witnessed your work bringing heroes
to accord? How many times insistence and a trickle of change?
I see people from the city and the countryside
gathered as you delight each listener, turning every one
to a poet through shared recitation. Truly
"each moment nurses moments and can't be milked with
        doubt."

What, then, can I give you? What would you like
from me? My tears have no value:
even smoke brings them out. We should meet,

Nikuvike taji la ucheshi halafu nikutume.
Kwa hiyo basi, nitamtuma maiti anayesema akuite,
Nami, kwa nguvu za uchawi wa kishairi
Nitakufufua ukae juu ya kaburi lako
Tuzungumze macho kwa macho.

"Habari gani Mnyampala? Mbukwa! Mimi
Ni K. bin T. Unayafurahiaje maisha baada ya
Kufa. Wanasemaje malenga wetu. Mwambie Robati
Kwamba yule mzungu amefanya kazi nzuri
Na kwamba siku hizi Waafrika wenyewe
Wameanza kupalilia bustani yake. Mwambie
Kaluta kwamba ule mzozo sasa unajulikana
Na kwamba watu wengi siku hizi hutunga mashairi.

Halafu mnong'onezee anayehusika kwamba yule
Ng'ombe aliyemsahau kondeni bado yuko pale
Kwa hiyo afike mapema na Mwislamu wake
Kabla, fisi wa motoni, hawajamwahi,
Na tumbusi kutoa utumbo wa saa yake;
Kwamba, pale alipolala pana tope na ajaribupo
Kuamka huzama na kuanguka tena, na
Hapo mahala hapana majani na amekwishapachafua."

so I can crown you with a coronet of laughter, send you off.
Well, then, I'll send the corpse who says he can call you
and through the power of poetic sorcery
I'll resurrect you to sit on your grave
so we can talk eye to eye.

"How are you, Mnyampala? Good morning! I
am Kezilahabi bin Tilubuzya. How are you enjoying life
after death? What do our poets say? Tell Robert
the European has done good work
and that these days Africans themselves
have begun to tend his garden. Tell
Kaluta his dispute is well known
and a lot of people write poetry these days.

Then whisper to whomever it concerns
that the cow he forgot in the field is still there
so he should come early with his butcher
before hyenas beat him to the place
and vultures extract the innards of his watch:
that the cow lies in mud, and when she tries
to get up she sinks and falls again
and the place has no grass and is already unclean."

Kisu Mkononi

Wakati miaka inaibwa mmoja mmoja,
Kurudi nyuma, kusimama, kupunguza mwendo
Siwezi, kama gurudumu nitajiviringisha.
Mtelemko mkali huu.
Lini na wapi mwisho sijui:

Mbele chui mweusi, nyuma mwanga
Nionako kwa huzuni vifurushi maelfu vya dhambi.
Kisu, maisha kafiri haya
Kama kutazama nyuma au mbele
Ni kufa moyo mzima!

Sasa kama Simba-Mtu shauri nimekata.
Ya nyuma sana nisijali, ya mbele sana niyakabili.
Kwa ujasiri na uangalifu nitazunguka
Nikifuata kamba kama ng'ombe aliyefungwa,
Kila mpigo wa moyo wangu
Huu mpigo muziki wa maisha.

Knife in Hand

While the years are stolen one by one
I'm unable to go back, to stand still, to reduce speed:
like a wheel I turn myself over and over.
A steep descent, this:
when and where the end is I don't know.

Ahead, the black leopard; behind, light
in which I sorrowfully see thousands of bundles of sins.
Knife, an unholy life, this,
if to look backward or ahead
is completely to lose heart!

Now like a Lion-Man I've made a decision:
not to mind what's long past, to face what lies distantly ahead.
Boldly, cautiously, I'll circle round,
following the rope like a cow who is tethered,
every throb of my heart—
this throb—the very music of life.

Fungueni Mlango

Hewa kunikosa
Na jasho kunitoka ndani ya chumba
Kwa upweke
Ninajiona nimefungiwa.
Sioni madirisha lakini
Mlango wa karatasi uko mbele yangu
Ninaugonga kwa mikono
Kichwa na mabega
Mlango unatoa mlio kilio,
Lakini mwanadamu hatanifungulia.
    Damu
Damu puani, damu mdomoni,
Damu kichwani itumikayo kama wino.
Mikono, kichwa, mabega uchovu.
Kwa kichwa kama cha mbuni
Mchangani, tena ninaugonga
Lakini mwanadamu hatanifungulia.

Ninaona kizunguzungu
Ninapiga kelele kama
Ng'ombe machinjioni:
Fungueni mlango!
Mlango fungueni!
Lakini mwanadamu hatanifungulia.

Open the Door

I'm suffocating
and sweating here inside the room.
I feel
imprisoned by loneliness.
I don't see any window, but
here before me is a paper door.
I knock with my hand,
with my head and my shoulder.
The door groans a little
but there's no one to open it for me.
    Blood:
Blood in my nose, blood in my mouth,
blood in my head to be used like ink.
Arms, head, shoulders: tired.
With my head, like the head
of an ostrich in the sand, I knock again,
but there's no one to open it for me.

I'm dizzy.
I moan like a cow in the slaughterhouse:
Open the door—
this door, open it!
But there's no one to open it for me.

From Karibu Ndani
(1988)

Chai ya Jioni

Wakati tunywapo chai hapa upenuni
Na kuwatazama watoto wetu
Wakicheza bembea kwa furaha
Tujue kamba ya bembea yetu
Imeshalika na imeanza kuoza
Na bado kidogo tutaporomoka.

Kulikuwa na wakati ulinisukuma juu
Nikaenda zaidi ya nusu duara;
Kulikuwa na wakati nilikudaka
Ulipokaribia kuanguka,
Na kulikuwa na wakati tulibebana kwa zamu
Mmoja wima akisukuma mwingine amekaa.
Wakati huo, japo tulipaa mbele na nyuma
Tulicheka kwa matumaini yaliyotiwa chumvi
Na kisha tukaongozana jikoni kupika chajio;
Ilikuwa adhuhuri yetu.

Sasa tukisubiri ndoto tusizoweza kutekeleza tena
Tumalizie machicha ya chai yetu ya jioni
Bila kutematema na kwa tabasamu.
Baada ya hapo tujilambelambe utamuutamu
Uliobakia kwenye midomo yetu,
Tukikumbuka siku ilee ya kwanza
Tulipokutana jioni chini ya mwembe
Tukitafuta tawi zuri gumu
La kufunga bembea yetu
Naye mbwa Simba akikusubiri.

Lakini kabla hatujaondoka kimyakimya
Kukamilisha nusu duara iliyobakia
Tuhakikishe vikombe vyetu ni safi.

Evening Meal

While we drink tea here in the yard
and watch our children happily swinging
we should know the rope of our own swing
is worn through and has begun to rot
and that slowly we'll slip down.

There was a time when you pushed me high
so I traveled more than half the circle;
there was a time when I caught you
as you nearly fell,
and there was a time when we carried one another in turn,
one upright pushing, the other seated.
Then, although we rose forward and backward,
we laughed with exaggerated trust
and led one another to the stove where we made tea.
It was our noon.

Now, as we wait for the dreams we're unable to realize again,
we should finish the coconut from our evening meal
simply and with smiles.
After, we should taste what sweetness
remains on our lips,
remembering that day long ago
when we met under a mango tree in evening
looking for a good, strong branch
from which to hang our swing
while your dog called Lion waited.

But before we go silently off
to complete the half-circle that remains
we should make sure our cups are clean.

Azimio

Azimio sasa ni mabaki ya chakula
Kwenye sharubu za bepari
Kalamu inayovuja
Katika mfuko wa mwanafunzi
Vumbi zito
Baada ya ng'ombe kupita.
Hakunyolewa
Hakupewa kalamu mpya
Na njia haikuzibwa.
Kilichosalia sasa
Ni punje za ulezi
Zilizosambazwa jangwani
Na mpandaji kipofu.

Resolution

The Resolution now is leftover food
on the capitalist's mustache,
a pen that leaks
in the student's bag,
heavy dust
after cows have passed.
No one was shaven,
no one was given a new pen
and the road was not sealed.
What remains now
are some millet grains
scattered in the desert
by a blind sower.

Ngoma ya Kimya

Wacheza ngoma wamekwishaondoka
Kilichobaki ni uwanja uliokauka majani,
Njuga, manyoya na kindu zilizodondoka
Toka kwa wachezaji waliozidisha mbwembwe
Nao watazamaji wakipiga kelele na vigelegele.
Ni jana tu walikuwa hapa.
Wachezaji sasa wafikiria ngoma ijayo.
Watazamaji hawayakumbuki maneno
Ya nyimbo zote zilizoimbwa.
Zilizobaki ni taswira hai na vivuli.

Lakini labda miti hii michache yakumbuka.
Nitaviokota nitengeneze vazi langu
Kisha nitacheza ngoma yangu kimyakimya
Katika uwanja huu mpana ulioachwa wazi
Bila watazamaji
Nao upepo ukinifundisha lugha ya kimya
Maana yule mwanamke amekwishajifungua.

Silent Dance

The dancers are gone now.
All that's left are the field of dry grass
and the belled anklets, fur, and date-palm leaves
that fell from them when they started showing off,
their audience responding with shouts and ululations.
They were here just yesterday.
Now the dancers are thinking of the next celebration.
The spectators remember not a word
of all those songs that were sung.
Shadows and a living image are all that remain.

But maybe these few trees remember.
I'll pick up these dropped things and make some new clothes.
Then I'll dance my silent dance
in this broad, open field
without any spectator,
with the wind teaching me a language of silence—
because a certain woman has just given birth.

Karibu Ndani

Washairi wa mapokeo, sasa wacheza lalasalama
Katika mionzi hafifu, ya jua machweoni
Na mahadhi yagaagaa, juu ya bahari ya utenzi
Yameshindwa chini kuzama, kwenye kina cha urazini
Nao wahenga vibandani, nje tena hawatoki
Hakuna tena ngoma, ya kugeeana kani
Na ushairi umehama, umerudi upeponi
Lakini majani makavu, sasa hayatingishiki
Nayo madirisha ya nyumba, imara yamefungwa
Waliomo ndani wahofu, hasira ya mizimu.

Muda si mrefu, patakuwa kiza totoro
Na wanyama wa usiku, watazitawala taswira
Kwa kuwa njia naikumbuka, msitu nitauingia
Kwenye kiza cha karne, pasipo vichochoro mkato
Nikiwa na nanga yangu, nyimbo mpya tatongoa
'Tatumia silika ya uzawa, kuupata mwelekeo
Maana ushanga wa shingoni, bado sijautupa.

Na hiki kibanda gani, ghafla mbele yangu!
Ni kibanda cha msonge, mlango wake mmoja
Mlango wenyewe u wazi, na ndani moto wawaka.
Hodi Hodi wenyewe, ni mimi Kichwamaji
Natafuta zangu njuga, na lile vazi la kindu
Ingawa sina ubuyu, naja kukesha nanyi.

II
Ni kibanda kikuukuu, kuanguka kimekaribia
Mhimili wake ni mmoja, umeanza kukatika

Welcome Inside

I

The traditional poets are playing now at sleeping
in the weak radiance of a setting sun
as their rhythms twist and turn on a sea of story,
having failed to plumb the depths of rationality.
Those sages in their little huts aren't coming out again.
There's no more of the dance, no more swaying delightedly
    together.
And poetry has moved on, has returned to the winds,
but the grass is dry and won't be rustled now,
and windows of the houses are shut tight,
their inhabitants fearing the anger of ghosts.

Soon darkness will be total
and nighttime animals will control the imagery.
Because I remember the way, I'll enter this forest
full of a century's darkness, without any shortcuts.
In possession of my harp, I'll elaborate new songs.
I'll use my native character to find my direction—
meaning I've never thrown my beaded necklace away.

And what sort of hut is this, at once in front of me!
A cone-shaped hut with one door
and that door open to reveal a fire blazing inside.
Hello, hello in there, it's me the Fool.
I'm looking for my ankle bells and my palm clothes.
Though I don't have a baobab stone,
I've come to stay up late with all of you.

II

It's a dilapidated hut, almost falling down,
with a single pillar that's begun to split,

Nao mchwa walialia, paa si paa tena
Karibu na huu mhimili, katikati ya kibanda
Kuna kigoda kikubwa, ngozi ya chui pambole
Mbele yake pana moto, vijinga vyake mifupa
Ukutani pametundikwa, ala nyingi za muziki
Humo ndani ya kibanda, pamekaa vizee kimya
Vichwa vyao vimeinama, chini kifikra vyatazama
Karibu na huo mhimili, ajuza ainua kichwa
Naye mbwa ghafla, ainuka akibweka
Meno mdomoni hana, lakini povu lamfura
Vizee vingine vyastuka, vichwa vyao vyainua
Macho yao makali, yatua usoni pangu
Mbwa abweka tena, kama kwamba kushambulia
We Mavina! Lala chini! ajuza amuasa
Akinitazama kwa makini kimya anichunguza.

III
Karibu ndani asema, hapa hujawa mgeni
Tumekuwa tukikusubiri, ingawa umefika mapema
Umo ndani ya duara, ukinaswa nasika
Ulipo umezingirwa, kumbukumbu zilokufinyanga
Hapa ulisafisha zako fizi, kwenye titi la mama
Na huyu ndiye mbwa, aliyekulamba kidevu
Na hizi ndizo nyuso, zilizopima hatua zako
Ulipoingia na kutoka, ndani na nje ya ua
Juu ya hili paa, palitupwa meno yako
Tunashukuru umefika, pe' kitovu cha utambulisho
Ingia sasa ngomani, ufunge fundo la kitali.

Hiyo ala ulonayo, tenzi zake twazikumbuka

and the termites chitter: the roof's no longer a roof.
Near this pillar, in the center of the hut,
there's a three-legged stool adorned with a leopard skin
and in front of it a fire fueled by bones.
The wall is hung with an abundance of musical instruments.
Here, inside, the old folks sit in silence,
their heads bent, their thoughts downcast.
Near the pillar an old woman raises her head
and a dog suddenly jumps up and starts barking,
toothless yet frothing at the mouth.
Other old people startle, lift their heads,
their sharp eyes coming to rest on my face.
The dog barks again, as if to attack.
You, Mavina! Lie down! orders the old woman,
carefully regarding me, investigating me in silence.

III

Welcome inside, she says, you're no stranger here.
We've been waiting for you, although you're early.
You're in the circle, caught in a snare,
surrounded here by the memories that shaped you.
Here you cleaned your gums on your mother's breast
and this is the dog who licked your chin
and these are the faces that measured your steps
when you entered and left, in and out of the compound.
This is the roof onto which your teeth were thrown.
We give thanks that you've arrived here in the cradle of
    identity.
Join the dance and enter the fray.

     This instrument you've brought, we remember its
     performances;

Sifa zako zimetufikia, na huo wenu mgogoro
Nyimbo za wanamapokeo, ni nzuri si utani
Zina mahadhi na mdundo, pia zatia hamasa
Lakini zilitulaza, usingizi mapema mno
Ikawa kama kwamba, Mungu alitusahau
Lakini nyimbo zako, zimezindua taaluma
Mlango sasa u wazi, wajao wafuate nyayo.

Sasa tazama ukutani, masalia ya wako utu
Chagua ala moja, ukae juu ya kigoda
Tuna hamu ya kucheza, tupate kukoga karne.

IV

Nilichagua ala ya zeze, tuni nikairekebisha
Wimbo wangu wa kwanza, ulikuwa *Chai ya Jioni*
Vizee vilianza kucheza, cheza yao kujinyonganyonga
Kwa muziki ulowatonesha, vidonda vyao vya hisia
Machozi yakavitiririka, hali vikilialia
Nilirudia wimbo tena, vikaanza kutoka jasho
Jasho lenyewe damu, upeo wa hisia zao
Nyoka, panya, popo na mende, ulingoni walijitoma
Ndipo kizee kimoja, katikati kikasimama
Hali macho kimefumba, kikapiga kelele:
Huu ndio mdundo wenyewe, ngoma ya watu wazima
Ai! Nani atalishikilia jua! Usiku mmoja hautoshi!
Ai! Nipigieni makofi, nivunje yangu mifupa!
Ai! Mimi mmeza nyoka, kisha nyuma akatokea!
Ai! Ulikuwa wapi Kichwamaji! Ungelizaliwa mapema!

Mwishowe ajuza aliniashiria, niweke nukta ya aya:
Jenga kibanda kipya hapa, alisema akijongea

your praises have reached us, and word of your feud.
The traditional songs are wonderful, no doubt,
with their rhythms and drumbeat, how they electrify.
Yet those songs laid us down to sleep very early
so it came to seem God had forgotten us.
Your songs have enlivened our culture.
The door is open for whoever follows you.

Look at the wall, at the relics of your humanity.
Choose a harp, have a seat on the stool.
We'd like to dance, to put the century on display.

IV

I chose a lute and tuned it.
My first song was "Evening Meal."
The old people started dancing their twisting dance
to music that touched their exquisite wounds.
Tears ran down their faces, and they wept.
I played my song again and they started to sweat,
the sweat itself blood, the climax of their feeling.
Snakes, mice, bats, and roaches burst onto the dance floor,
and this is when one old man stood among the rest
with eyes closed, shouting
Ai! Who will hold back the sun? One night isn't enough!
Ai! Clap for me so I can break my bones!
Ai! I swallowed a snake and it emerged behind me!
Ai! Where were you, Fool? If only you'd been born sooner!

Finally the old woman signaled me to pause.
Build a new hut here, she said, drawing near.

Nakupaka haya machozi, moyo wako uwe mgumu
Na hii damu ikuwezeshe, kuwakabili wahakiki
Unyoya wa mbuni nyweleni, nauchomekea kwa haki
Sasa fumba yako macho, usione tunavyoyeyuka.

V

Mlio wa simba ulinistua, macho nikafumbua
Nje kulikuwa na mwanga, nao ndege wakiimba
Kulikuwa na njia katikati, wanyama kila upande
Walioinamisha vichwa, kati nilipopita
Nilipouacha msitu, nyuma nilitazama
Mbali nilimwona Mavina, akitangatanga msituni.

I smear these tears on you to make your heart strong,
and let this blood enable you to face critics.
Justly I set this ostrich feather in your hair.
Now shut your eyes so you can't see how we dissolve.

    V

The lion's roar woke me, and I opened my eyes.
It was light out, and the birds sang.
There was a path right through the center, animals all around,
their heads lowered as I passed among them.
Departing the forest, I looked back.
Far off I saw Mavina, wandering there.

Wao Pia Walicheza

Na hao wafuasi wa Mzee
Askari wa mapinduzi
Waliiicheza ile ngoma.
Kama asingekuwa Nagona
Kutokeza hadharani
Wangevunja mifupa yao.
Anayeleta sasa ubishi
Amemsahau kiongozi wake.

They Too Danced

And those followers of the old man,
soldiers of the revolution,
danced that dance.
If it hadn't been for Nagona
emerging publicly
they'd have broken their bones.
Whoever argues now
has forgotten his leader.

Mbegu

Andanenga ndugu Andanenga
Wataka chokoza nyuki naona.
Kuutupia mzinga, mawe
Si mchezo ni kitu gani?
Utakuja vimba uso
Ulowaita wakucheke
Na kisha wakukimbie.

Andanenga ndugu Andanenga
Mbegu mpya zimeshaota
Na zingine mtini zaiva.
Utakapokuja upepo zitapeperushwa
Zienee. Pwani na bara, zitaota.
Lakini mti wa zamani utabaki kumbukoni.
Hiyo miche kuing'oa, tafadhali sithubutu!

Andanenga ndugu Andanenga
Yalikuwa ya zamani mvi kuwa hekima
Ya zamani vina kuwa shairi
Huu ni wakati wa mawazo kutawala.
Kilichotangazwa si ukaidi nakwambia
Ni uhuru wako wewe na mimi.
Na asiyetaka uhuru hujui jina lake?

Wavina nudhumu imewapwaya
Waiteni wa jadi waje kitali waone.
Zana zenu mikuki na mawe!
Bunduki mwaziona bado mwataka shambulia!
Mtazikwa kwenye majumba ya makumbusho!
Na juu ya yenu makaburi, tutaandika:
Washairi wa mapokeo!

The Seed

Andanenga, brother Andanenga,
you want to anger the bees, I see,
to throw rocks at the hive.
What's this if not a game?
You'll end up with a swollen face;
those you called will laugh at you
and finally run away.

Andanenga, brother Andanenga,
new seeds have sprouted
and others are ripening on the tree.
When the wind comes, they'll be carried away
and scattered. On the coast and inland, they'll grow.
The old tree will remain in memory.
Those seedlings—please don't dare pull them up!

Andanenga, brother Andanenga,
the time has passed when grey hairs were wisdom
and rhymes a poem;
now is a time when ideas rule.
What we proclaim isn't obstinacy, I tell you.
It's freedom, yours and mine.
Can you name the person who doesn't want freedom?

Those old forms hang loosely on the syllable-poets.
Call our ancestors to the ring to see:
equipped only with spears and stones,
you see guns and still want to attack!
You'll be buried in great museums!
And above your graves we'll write
"Traditional Poets."

Nondo

Juu ya meza kuna msitu
Wa vitabu vya manabii.
Ni usiku. Taa inawaka
Mwanga umekaribisha nondo
Kupitia dirisha pana
Lililovunjwa na walimu wa dini.
Nje kuna giza na upepo unaimba
Wimbo wa upweke na woga.
Nami bado naogelea msituni,
Na baridi yanitetemesha kama mtoto
Aliyemwagiliwa maji baada ya kuzaliwa.

Kichwa changu kizito nakiinua.
Kuna nondo wengi hapa
Waliovutiwa na mwanga wa usiku.
Ukutani naona nondo mdogo
Afurahiaye mwanga kwa pumbao.
Pembeni mjusi mdogo ninaona.
   Moyo unaanza haraka kupiga ngoma
   Na kalamu yangu yaparaza karatasi
   Nayo miguu isonjuga yagongagonga sakafu.
   Sekunde zawa miaka na dakika karne.
   Nacheza historia yangu mwenyewe.

Kila hatua achukuayo, mwangalifu.
Kila mgeuko wa kichwa, njama za kiuchumi.
Mzunguko wa mkia, hila.
Nondo acheza ngoma ya mbawa zake.
Ghafla anamrukia, gizani anampeleka.
Anamlia msituni kimya kimya.
   Hofu yaningia na mwili watoka jasho
   Kama Mkristo mwema atazamaye

Moth

On the table there's a forest
of the prophets' books.
It's night, the lamp is on,
and the light has attracted moths
who pass by the glassless window
broken by teachers of religion.
It's dark out, and the wind whistles
a lonely, fearful song.
For my part I'm still swimming in the forest
and the cold makes me shiver like an infant
splashed with water after birth.

I lift my heavy head.
There are many moths here,
attracted by the nighttime light.
On the wall I notice a small one
dazedly delighting in it.
Alongside I see a little lizard.
    My heart pounds fast
    and my pen scribbles across the page.
    My feet tap-tap the floor without their dancing bells.
    The seconds turn to years, the minutes to centuries.
    I myself dance my own history.

Every step it takes, cautious.
Every turn of its head, economic sabotage;
turn of its tail, trickery.
The moth goes on drumming its wings.
Suddenly the lizard leaps, sends the moth into darkness.
He eats it silently in the forest.
    Fear fills me, and I start to sweat
    like a good Christian watching

Kwa mara ya kwanza filamu
Inayomwonyesha Yesu kama shetani.
Historia yanichezea mimi mwenyewe.

Nje kuna giza, nao bundi
Kama askari jasiri waimba
Wimbo wa woga na kifo:
Walituletea mwanga kutulia gizani.
Nami kama bundi msituni naitikia:
Kutulia gizani walituletea msitu.
Ndani kuna vifo viso mtetezi.
Usingizi unaanza kunipata.
Ninapotea katika bahari ya ndoto
Ndani ya msitu uliofungama
Ambamo kufikiri bila vitendo ni kuwa msaliti.

for the first time a film
that shows a devilish Jesus.
History is dancing my own story.

It's dark out, and an owl
hoots like a brave soldier, singing
a song of fear and death:
They brought us light to eat us in the darkness.
And like an owl of the forest I reply:
To eat us in the darkness they brought us a forest.
Inside, deaths without any savior.
Sleepiness comes over me.
I'm lost in a dreamland
amid the dense forest,
where to think without acting is to turn traitor.

Waliozaliwa

Kila kitu tayari! Msitarini!
Moja, mbili, tatu! Kimbia! Hima!
Wakati ni mfupi na hakuna aliyeshinda.

Those Who Were Born

Everything's set! Line up!
One, two, three! Run! Quick!
The time is short, and no one wins.

Kifo cha Mende Wekundu

Na ujenge yako nyumba, jingi jasho likuoshe
Ufyeke, upime na uweke nguzo,
Kisha paa uweke na ukandike
Siku nyingi bila kuingiliwa na mgeni hutakaa.

Wataanza kutalii mipaka mende usiku,
Nje na ndani ya nyumba watazunguka
Bila woga, bila ruhusa ulichonacho watakula,
Masalia yatakuwa yako, ijara ya kaziyo.

Na nyingi dawa uweke, nyumba nzima uihame,
Ukae nje nzima siku usubiri,
Wazima wamelala ukirudi usiku,
Vichwa ngumu hawafi mende rahisi.

Kifo cha mende sharti miguu juu,
Kichwa ukikanyage kipasuke usikie,
Na kisha wengine usiku mchana uwasake,
Mpaka watakapokwisha. Usiseme nao.

The Death of Red Cockroaches

Build your house and be bathed in sweat.
Make a clearing, measure, and put down the poles.
Then lay the roof, then plaster.
You'll not stay many days without a guest.

They'll start to investigate the perimeter at night.
They'll circle your house, inside and out.
With no fear, no permission, they'll eat what you have.
The remains will be yours, the wages of your work.

And although you use a great quantity of poison
and leave the house entirely—staying outside, waiting the
    whole day—
still they sleep soundly when you return at night.
Hard-headed, they don't die easily.

For the death of a cockroach: first, the raised foot.
Step on its head until you hear it break.
And then the others: hunt them night and day
until they're gone. Don't speak with them.

Kilio Kijijini

Baridi kali, upepo na dhoruba.
Vilio vya watu ndani ya nyumba.
Naye amelela kama jiwe
Lenye thamani mizanini,
Akidai aoshwe na mito
Ya machozi mashavuni yatiririkayo.
Nje shambani, mihindi imelaliana
Ikionyesha upepo ulikotoka, wa kifo.
Miti bado matone inadondosha, ya mvua
Ambayo chini yameshachimba vishimo
Kuonyesha mfano kwa washika majembe
Na kuwahesabia miaka yao ya uhai.
Mara matone yanakoma
Na maisha yaonekana mafupi.
Umande umelowanisha ncha za suruali
Ya huyu mjomba afikaye sasa kilioni.
Hakuna kijiaminicho,
Isipokuwa maji ya mvua
Yatiririkayo kasi kuelekea bondeni
Kutukumbusha njia ya kila binadamu.
Kimya! Kimya kijijini,
Kimya nje ya nyumba, ndani vilio.
Hapa tulipo tumeinama kama mihindi
Hatujakomaa, twasubiri tukiogopa mvunaji.
Nje panateleza, wendao haraka waanguka.
Ng'ombe na mbuzi kimya wamesimama,
Wakimtazama kila apitae kwa huzuni.
Kimya kijijini, kimya nje ya nyumba,
Ndani vilio vya mihindi iliyoinama:
Baba yenu mwisho ameshindwa!
Mungu Mkubwa! Waambiwa.

A Cry in the Village

Fierce cold, wind and storms.
Cries of people inside their homes.
And he lies like a stone
of undetermined value
demanding to be washed with the streams
of tears trickling down cheeks.
Outside on the farm, cornstalks lie heaped on one another
showing from where it came, the wind of death.
Trees still shower raindrops
that channel into the ground
offering an example to those who grasp hoes
and tallying for them the years of their lives.
At once the drops cease
and life appears short.
Dew has soaked the trouser hems
of an old man arriving now amid the wailing.
Nothing here believes in itself
except the rainwater
flowing swiftly towards the valley
reminding us of the path of every human being.
Silence! Silence in the village,
silence outside the houses; inside, cries.
Here in our spot we've bent like cornstalks.
We're stunted; we wait, fearing the harvester.
Outside, the ground is slick; whoever hurries falls.
Cows and goats stand silently
mournfully regarding each person who passes.
Silence in the village, silence outside the houses;
inside, cries of the bent cornstalks.
In the end, your father was defeated.
Great God! They are told.

Matumaini

Akiyumbayumba
Na sarawili zee mawinguni
Kama mlevi mwenye mguu mmoja, nilimwona
Akitoka Magharibi kwenda Mashariki.
Kisha, akaanguka baharini kwa kishindo.
Binadamu tukasubiri. Tukasubiri.
Halafu baharini ndege katoka
Karuka juu mawinguni
Wengine wakasema: Ndiye!
Wengine: Siye!
Tukasubiri.

Hope

Swaying from side to side
in worn trousers, up in the clouds,
like a drunk with one leg, I saw it
traveling west to east.
Then it fell into the sea with a splash.
We humans waited. We waited.
Next a bird emerged from the water
and shot up into the clouds.
Some people said: It's him!
Others: It's not him!
We waited.

Namagondo II

Zilizobaki ni hadithi kuwasimulia watoto.
Miti mirefu mikubwa imekwishaanguka
Hakuna gogo lililosalia kukokea moto mpya.
Eneo tulilofyeka zamani limekaribia kujaa.
Bado kidogo nitadai nafasi yangu.
Watoto sasa wazee, mabinti mama wazima.
Vichochoro nilivyovijua vimekwishazibwa
Nimekuwa mgeni kijijini nilikozaliwa.

Usiku mizimu yazagaa ikiweweseka:
Nilisahau koti langu hapa. Ah!
Hapa nilishikwa ugoni. Ah!
Na hapa mimba iliporomoka. Ah!
Mingine yanung'unikia watoto waliokiuka wasia:
Niliwambia wakate mti, wachimbe mizizi
Na kuichoma. Hawakufuata.
Wajisumisha kwa utamu wa matunda. Ah!
Niliwambia kwa mikono simba wamshike
Hawakuielewa sitiari. Atakimaliza kizazi. Ah!
Ni wazee tu wasikiao minong'ono yao.

Sioni tena makundi ya ng'ombe jioni
Wakirudi toka machungani ndama wakiwalilia
Isipokuwa mikoromo ya walevi
Na kelele za wacheza karata wakibishana.
Kila ninapotazama kizazi kipya chanisaili:
Miaka yote ya uhuru imeleta nini Namagondo!
Nashindwa kujibu kombora
Kama konokono aliyekaukiwa utelezi
Nanywea gambani kwa maumivu.
Hapa mtoto analia na pale mzee hasira

Namagondo II

What remains are stories to tell children.
The immense trees have gone down.
Not a trunk escaped this new fire.
The path we cleared long ago is nearly grown over.
In just a little while I'll claim my spot.
Children are old now, the girls women.
The passages I knew between houses are blocked.
I've become a stranger in the village of my birth.

At night spirits disperse, babbling deliriously:
I forgot my coat here. Ah!
Here I was caught in adultery. Ah!
And here the pregnancy was lost. Ah!
Some murmur about children who flouted their last wishes:
I told them to cut down the tree, to dig up the roots
and burn them. They didn't do it.
They poison themselves with the sweetness of the fruits. Ah!
I told them to catch the lion in their arms—
they didn't grasp the metaphor. He'll wipe out the whole
    generation. Ah!
Only old people attend to their whispers.

I no longer see clusters of cows in the evening
coming back from pasture as the calves cry for them—
just hear snores of the drunks
and the racket of card-players fighting.
Everywhere I look, the new generation questions me:
All these years of independence have brought what,
    Namagondo!
I can't return that hard shot.
Like a snail dried of its slipperiness
I shrivel painfully in my shell.

Kwa mbwa aliyeuma mbuzi amalizia.
Alimpiga mkewe huyu kijana ajaye jana usiku.
Kachelewa toka kisimani.
Kwa mbali nawaona watoto toka shule wakiimba:
Tutawasha mwenge na kuuweka mlima Kilimanjaro.

Here a child cries, and over there an old man grows angry
over a dog that bit a goat and killed it.
This young man approaching beat his wife last night.
She was late back from the well.
Far off, I see children coming from school, singing:
We'll light a torch and set it on Kilimanjaro.

Kuishi

Asubuhi, wanaume wakaanga mbegu zao,
Na wanawake washangilia "wazo."
Nchi gumba, ukunga umekwisha.

Kulikuwa na wakati tulikuwa
Sasa mcheko wajaza utupu wa
Pale tulipokuwa. Hatupakumbuki.

Nchi imezeeka haraka na kuchakaa.
Haikumbuki tena majina ya watoto wake,
Na watoto hawaitikii tena mwito.

Wazee sasa, twaua chawa kwa kucha.
Tusemalo halisikiki, isipokuwa
Kulikuwa na wakati tulikuwa.

Usiku twaota ndoto na kuwika.
Kama kufikiri kumekwisha
Kuishi kungaliko?

Mwangwi wa utupu wazomea.
Asubuhi, wasichana wakaanga mbegu zao,
Na wavulana washangilia "wazo."

Living

In the morning, men roast seeds
and women celebrate "the idea."
The nation is in famine: midwifery has ended.

There was a time when we were.
Now laughter fills the space
we inhabited: a place we can't remember.

The nation aged fast and decayed.
It forgets the names of its children,
and its children no longer answer its call.

Old now, we kill lice with our fingernails.
What we say isn't heard, except
that there was a time when we were.

At night we dream and crow like roosters.
If thinking is over
is living possible?

An empty echo mocks us.
In the morning, girls roast seeds
and boys celebrate "the idea."

Neno

Washairi walinda lango wakaidi
Liendalo alikoketi Nagona
Ni askari hodari wa mwanga
Kazi yao kudaka neno gumu
Likafinyangwa kuwa maana.
Hulizuia lisipite
Kama hodi likibisha.

Hapa anakuja Kiongozi wa dini
Na ujuzi wake wa neno
Toka jungu kuu na jipya
Akisaidiwa na mabingwa wake
Ataka lango liwe wazi
Afunge bila ufundi
Ushindi abebe Maulana.
Hapa sasa mpira anao Raisi
Na nguvu zote za kiserikali
Akisaidiwa na waziri wake mkuu
Hataki ubishi na mtu
Ataka yapite matatu
Usawa, Uhuru na Haki
Hodari wa kusema.
Anaingia Jaji Mkuu
Na ujuzi wa sheria za mchezo
Akisaidiwa na mahakimu
Ataka neno la Haki
Iwe kauli ya mwisho.

Hali ikiwa ni hii
Mshairi hapigwi chenga ya mwili
Na hababaishwi na wepesi wa miguu
Wacheza rafu humwambaa

The Word

Poets guard the door, intractable ones,
over there where that woman Nagona sits.
They are champions of illumination; their work
is to catch hold of a difficult word
so it can be molded into meaning.
They stand in its path
if a hard word greets them from behind the door.

Here comes a king of religion
with his knowledge of the word,
arriving directly from a massive new cooking pot,
assisted by experts.
He'd like the door to stand open
so that he can close it easily, without dexterity,
and triumph in bearing in "Lord."
Now a president has the ball,
with all his governmental strength,
assisted by his prime minister.
He doesn't want trouble with anyone.
He'd like three words to pass—
"Equality," "Freedom," and "Justice"—
which he enunciates masterfully.
A chief justice comes in
with his knowledge of the rules of the game,
assisted by various judges.
He'd like "Justice"
to be the last word.

The situation is this:
the poet can't be dodged
and he's not thrown off by feints, by lightness of foot.
Rough players fear him,

Hudaka juu ya vichwa
Fuadini neno akaliweka
Kisha akatunga nudhumu
Na njia akainyoosha
Ndipo huvikwa taji
Begani akakaliwa.

for he takes the word from their very heads.
He puts the word into his heart
then composes a poem
easing, smoothing the way.
Indeed this is when he wears his diadem
and his shoulders are brushed by its ribbons.

From Dhifa *(2008)*

Mafuriko

Nitaandika wimbo juu ya mbawa za nzi
Utoe muziki arukapo wausikie walio wengi
Ushairi wa jalalani utaimbwa
Juu ya vidonda vya wakulima
Na usaha ulio jasho lao.
Nitaandika juu ya mbawa za wadudu
Wote warukao
Juu ya mistari ya pundamilia
Na masikio makubwa ya tembo.
Juu ya kuta vyooni, maofisini, madarasani,
Juu ya paa za nyumba, kuta za Ikulu,
Na juu ya khanga na tisheti.
Nitaandika wimbo huu:

Mafuriko ya mwaka huu
Yatishia nyumba kongwe bondeni.
Waliomo wameanza kuihama
Na miti ya umeme imeanguka.
Palipokuwa na mwanga, sasa giza.
Mafuriko ya mwaka huu!
Mti mkongwe umelalia upande
Wa nyumba zetu hafifu.
Upepo mkali uvumapo hatulali.
Kila kukicha twatazama mizizi yake
Na mkao wake, na kuta hafifu za nyumba.
Lazima ukatwe kuanzia matawi hadi shina
Mafuriko ya mwaka huu yaashiria . . .
Tutabaki kuwasimulia wajukuu:
Mwaka ule wa mafuriko
Miti mingi mikongwe ilianguka.

Mafuriko ya mwaka huu!
Wengi wataumbuka.

Flood

I'll write a song on the wings of a fly
so that they play music when it takes off
and many people hear.
Let a poetry of the rubbish heap be sung
about the sores of the farmers
and their suppurations, their sweat.
I'll write on the wings of insects—
all who take to the air—
on the zebra's stripes
and the elephant's huge ears;
on the walls of bathrooms, offices, classrooms,
on the roofs of houses, the walls of Ikulu
and on kangas and T-shirts.
I'll write this song:

This year's flood
threatens the oldest houses in the valley.
Their inhabitants have begun to move out
and the electricity poles have fallen.
Where there was light, now darkness.
This year's flood!
An old tree leans sideways
above our tattered homes.
When the wind blows, we don't sleep.
We're always checking: its roots,
its position, the houses' fragile walls.
Prune cleanly from the limbs to the trunk—
this year's flood is a warning.
We'll be left telling our grandchildren:
That year of the flood
many of our first trees fell.

This year's flood!
Many people will be undone.

Jibwa

Jibwa likitoka jikoni
Ulimi lajilamba
Piga limekwiba piga:
Jibwa likishika hatamu
Haliwezi kuacha utamu.

Jibwa likianza kula mayai
Jua wizi limefuzu.
Kesho litakula kitovu
Cha mtoto wako pekee.
Jibwa jizi fisi.

Jibwa liloshika hatamu
Adabu yake kiburi,
Cheche halitafukuza.
Litalala kivulini
Wewe wachumia juani.

Jibwa liloshika hatamu
Litatumia kila hila,
Kila vitisho na unyama
Litakacho likipate
Na meno nje litatoa
Kwa kivuli kipitacho

Dawa ya jibwa shoka.
Subiri litapolala,
Na ndoto za kwiba likiota
Piga kichwa piga.
Life,
Life bila ukemi
Majirani wasichungulie.

Dog

If a dog leaves the hearth
licking its chops
strike the thief, strike it.
If once it takes over
it won't surrender that sweetness.

If a dog starts eating your eggs,
understand the thief has triumphed.
Tomorrow it will eat the umbilical cord
of your only child.
This dog is a greedy thief.

A dog who's taken charge
turns conceited.
It won't bother to drive off the weasel.
It sleeps in the shade
while you harvest in full sun.

A dog who's taken charge
will use every subterfuge,
every threat, every brutality,
to get what it wants.
It bares its teeth
at anything passing its shady spot.

An axe is the remedy.
Wait until it sleeps,
dreaming its dreams of thievery,
and strike its head.
It should die.
It should die without making a sound,
without neighbors looking in on you.

Kuwako

Kusema kweli nilipata kuwa mbinguni
Nikizunguka katika nafasi finyu
Mawazoni mwa kumbukumbu za Mungu.
Aliponisahau nilijipenyeza kwenye nyufa
Nyembamba katika ngoma ya pumbao
Na kama kiluilui kidogo sana nikaogelea
Kishujaa katika mto wa machozi
Hadi nilipogonga ukuta mwororo
Na kuingia ndani kuwa kiumbe.
Humo nilipumzika katika rutuba ya uhai.
Nilipopata nguvu mpya
Nilifurukuta na kuingia mto wa machozi
Nikatokeza dirishani na kudondoka hai.
Niliona kwa mara ya kwanza
Mali iliyokuwa imefichama kwangu muda mrefu.
Nililia kwa furaha.
Halafu nilianza kafaidi utamu
Na uhalisia wa kuwako.

Mungu alipokumbuka na kuona
Mfanowe nje yake
Alinipa jina na nambari
Nikacheza mchezo ambao kila siku
Maelfu hutolewa nje ya uwanja
Na hawarudi tena.

Kwa hiyo,
Najua siku moja ataniita katika mahakama yake
Ambamo malaika na shetani hugombea uwakili.
Nitashtakiwa kwa yale niliyoyatenda uhuruni
Na kwa ushairi wangu mbaya umfanyao akae macho.

Being Here

To tell you the truth, I got to be in heaven
looking around for a very short while
within the ideas in God's memory.
When he forgot me, I slid into a tiny opening
in the dance of surprise
and like a larva I swam
heroically in a river of tears
until I bumped against a soft wall
and entered inside to become a living creature.
There I rested in life's fertility.
When I recovered my strength
I struggled back into the river of tears.
I exited through a window and dropped down alive.
I saw for the first time
the wealth that had long hidden itself in me.
I cried with happiness.
Then I began to enjoy
the sweetness and rightness of being here.

When God remembered
and saw his example outside himself
he gave me a name and a number
and I played that game in which each day
thousands are taken off the field
never to return.

Therefore
I know one day he'll call me into his courtroom
where angels and devils wage their battles of advocacy.
I'll be tried for all I did in freedom
and for that bad poetry that caught his attention.

Marahaba

Kama sote tulitoka kisiwa kimoja
Cha Mungu mmoja Mfadhili
Basi sote yatupasa huko
Malalamiko yetu kuwasilisha.
Na
Yaelekea kadiri tunavyozeeka
Na matatizo ya maisha kuongezeka
Twazidi kuyakumbuka makasia
Tuliyotundika ukutani ujanani
Na jasho lililolowanisha miili yetu.
Basi
Tuzibe matundu ya mtumbwi wetu
Na tupige makasia, tuelekee
Kwenye kisiwa cha uzima wa milele
Kama hapa duniani tu wasafiri.
Na
Tukifika, sote tuseme kwa sauti moja
Shikamoo Baba!

Lakini ghafla twajigonga kikondoo
Kwenye mwamba thabiti wa usasa
Usemao hawezi kujibu Marahaba.
Na
Kwa kutokuwa na hakika
Twaogelea juu ya vipande vya mtumbwi
Na kurudi kwa mioyo mizito duniani
Ambako twakaribishwa
Kunywa vikombe vya majonzi
Na kula ukoko wa mateso
Kati ya vilio vya maskini
Na ngumi za matajiri.

Reception

Since we all come from the one island
of one God, the benefactor,
it's incumbent upon us
to submit our complaints there.
And
it happens
that to the extent we grow older
and the troubles of life increase
so we keep remembering the oars
we hung on the wall in youth
and the sweat that trickled down our bodies.
Well
let's plug the holes in our canoes
and beat the oars, heading
to the island of eternal life
even if we remain merely in this world.
And
when we arrive, let's say in unison,
Hail, Father!

But suddenly we all crash blindly
against a solid cliff of modernity
that tells us God can't answer.
And
driven by uncertainty
we swim on bits of canoe
back to the world, where with heavy
hearts we're welcomed
to drink cups of tears, to eat
suffering's crispy remainder
amid the cries of the poor
and the fists of the wealthy.

Ghafla kutoka mahali pasipojulikana
Twasikia ngurumo kubwa:
Marahabaa!

At once, from an unknown place,
comes a great rumbling:
I receive you-u!

Nani na Nani ni Nani?

Wale ndege wanono huko juu mtini
Wali wakibadilishana matawi.
Huyu hili na yule lile, walewale;
Nasi tuliogopa juu kutazama
Kwa shibe walokuwa nayo
Macho yasijepofuka kwa vyao vinyesi.

Na yule ndege mkubwa kabisa
Nchani macho pima alituama
Akijirekebisha mkao kwa upepo ulovuma
Hadi upepo wa wakati ulipotupa jiwe mtini
Na majani kijani yalipochakaa mshono
Zikaanza kelele za mbwa mwenye nofu.

Sasa tembo kanasa kongale
Sungura waingia ulingoni
Naye mbweha juu ya tembo aghani.
Twacheza ngoma isojulikana mtindo
Nani na nani ni nani
Ni kitendawili cha siasa.

Who Plus Who Is Who?

Those chubby birds up there in the tree
were switching among the branches:
this one on this branch, that one on that, those
very ones. And we feared looking up
because they were so well fed, feared
our eyes might be hit by droppings.

And one bird, the biggest of all,
caught our attention at the limits of our sight
riding the wind back to its perch—
until the currents of time tossed a stone into the tree
and the green flag faded along its seams.
There came the sounds of a dog with meat.

Now the elephant and its trunk are trapped,
rabbits enter the stage, and a jackal
sings earnestly from the elephant's back.
We're dancing a dance of unknown choreography.
Who plus who is who
is a political riddle.

Wimbo wa Unyago

Ishi kijana ishi, ishi maisha yako.
Wazee waliishi yao
Sasa yamebaki kwako.
Ukabila ni utumwa
Olewa msichana olewa
Olewa chaguo lako
Hiari ni haki asilia
Achaguaye embe bichi
Ajua lini litaiva.

Chunga lugha ya ulaghai:
Usikubali kuitwa kipenzi
Hiyo ki ni ki ya kitoto;
Asifuye macho yako
Ataka kuyafumba;
Asifuye miguu yako
Ataka usitembee;
Asifuye meno yako
Ataka ucheke kijinga.

Akuandikiaye barua ndefu
Ashindwa kusema ukweli;
Na kadi maneno ya wengine.
Akupigiae simu kila siku
Hana la kusema bali haloo;
Asemaye mumeo hafai
Nyumbani kwake pia hafai
Mbwa aliwekwa utumwani
Kwa kifupa kiso mnofu.

Ee mama mwenye rutuba
Zaa, zaa kwa mpangilio,

Initiation Song

Live, young one—live your life.
The old folks lived theirs,
now remains yours.
Tribalism is servitude.
Marry, daughter, marry,
and marry according to your choice.
Volition is justice.
Whoever chooses an unripe mango
knows when it will ripen.

Beware the language of deception.
Don't consent to be called "little love";
that "little" is the "little" of children.
Whoever praises your eyes
wants to close them;
whoever praises your legs
would like you not to walk;
whoever praises your teeth
wants you to laugh foolishly.

Whoever writes you a long letter
fails to tell the truth;
and greeting cards convey the words of other people.
Whoever phones you daily
has nothing to say except hello;
whoever says your husband isn't suitable
has, likewise, an unsuitable home.
Dogs were brought into servitude
by a small, meatless bone.

And you, mother who can bear children:
bear children, and bear them according to some plan,

Si kufyatua matofali.
Zaa ukichunga afya yako.
Tawi lenye matunda mengi
Huvunjwa na upepo wa tufani.
Kumbuka
Kuku aliwekwa utumwani
Kwa wingi wa vifaranga vyake
Akashindwa kujenga kiota.

not in the fashion of an assembly line.
Have children and see to your health.
A branch loaded with fruit
is broken by storms.
Remember
the chicken was brought into servitude
by the very abundance of its chicks.
It failed, then, to build its nest.

Nani Kaua!

Jana niliua maneno matatu kikatili.
Neno "tata" nililipiga hewani likadondoka chini
Vipande visivyoweza kuungika.
Binadamu sasa atafuta neno jipya.
"Mbingu" lilikuwa likielea mawinguni
Likishangaa kuona kilichotokea.
Nililipiga likatoboka na roho zikadondonka,
Nalo likajibwaga chini tupu.
Nilikuta "kifo" kikicheza ngoma uchi makaburini.
Nililizika huko huko bila mila.
Hakuna aliyeniita shujaa pale nilipokuwa
Nilivaa njuga zangu na unyoya kichwani;
Nikaenda sokoni na usinga mkononi;

Nyuma wacheza mdundiko walinifuata
Wakiimba:
Nani kaua!

Look at the Killer!

Yesterday I killed three words pitilessly.
The complex word I hit in the air;
it fell into pieces that can't be rejoined.
People should look for a new word now.
"Heaven" was gliding around in the clouds
surprised to see what had occurred.
I struck, it broke, and its life trickled away;
the word lay splattered on the ground.
"Death" I discovered dancing naked in the cemetery;
unceremoniously, I buried it.
No one called me a hero.
I put on my little rings of bells, set a feather on my head
and went to market sporting a bracelet of fur.
Behind me, dancers followed along
chanting
"Look at the killer!"

Kupatwa kwa Jua

Kama watu waonywavyo jua lipatwapo
Macho makavu wasilitazame
Bali kwa cheusi kioo
Au majini kulitazamia,
Ndivyo wafuasi waonywavyo
Mungu kumwelewa.
Daima kuna wa-kati
Daima woga, giza, kupofuka.

Kifo mithili ya chache dakika
Za kupatwa kwa jua.
Mwezi ukipita kizazi kipya
Kimeshazaliwa mwangani.
Maisha yaendelea.
Usiku na mchana.
Na aliyekufa kioo cheusi anaondoa
Kuuona mwanga wa kweli.

Solar Eclipse

As people are warned during an eclipse
to watch not with bare eyes
but through dark glass
or to watch its reflection in water
in this way believers are cautioned
to understand God.
Always there are people on the fence—
always fear, darkness, blindness.

Death resembles the few minutes
of a solar eclipse.
With the moon past, a new generation
has already been born into light.
Life goes on,
night and day,
and whoever died puts aside the dark glass
to see the actual light.

Namagondo III

Najua hapa nilivuta pumzi ya kwanza
Na labda ya mwisho nitaitoa hapa.
Roho yangu itakuwa imechakaza viatu
Vilivyokanyaga pengi:
Penye miiba, tope, moto na mazulia
Hadi siku nitapomkuta mgeni mwizi avisubiri.
Chai yangu nitakwisha kunywa
Kikombe changu kukikabidhi
Na kusema: kwaheri Nabili
Kwaheri miti; ndugu na marafiki
Na watoto kwaheri.
Kijinafasi changu nilishaomba.
Wahenga naja bila kalamu;
Nipeni nafasi kwenye duara.
Nyuma udongo utabusu mashavu yangu
Hadi nipate ile tabasamu ya milele.

Namagondo III

I know I inhaled my first breath here
and maybe here I'll exhale my last.
My spirit will have worn out its shoes
that trampled many places:
on thorns, mud, flames, and carpets
until the day I find an unfamiliar thief awaiting them.
I'll finish drinking my tea
hand over my cup
and say: goodbye, Nabili.
Goodbye trees, siblings, cousins, friends
and children, goodbye.
I've already petitioned for my little space.
Poets, I come without a pen;
won't you make room in the circle?
After, the earth will kiss my cheeks
until I wear that smile of the ages.

Kuishi Kwajitembeza

Nimemimina nyongo
Juu ya ini la maisha yangu
Na sasa nalila kimyakimya
Bila mikunjo usoni.

Ulimi wa maisha umekwisha hisia;
Utamu uchungu vyote sawa
Na haya ndiyo maisha
Kuwako hivihivi.

Kuwako ndo muhimu
Kuishi kwajitembeza.

Living Walks Itself Around

I've poured bile
into the very heart of my life
and now I eat that heart silently,
without a grimace.

The tongue of my life has finished tasting:
sweetness, bitterness, all the same.
So this is life,
being here this way.

Being here is surely important.
Living walks itself around.

Hatima ya Watu

Miti iyumbapo
Upepo unavuma
Inapoanguka
Tufani yapita
Na watu wakimbilia majumbani

Madikteta waangushwapo
Ni tornado inavuma
Watu hutoka majumbani mwao.

Madikteta waharakisha demokrasia

Mungu aliwaumba akawaona wazuri.
Akapumzika
Watu wajiamlie hatima yao duniani.

An Ending for the People

When trees sway
a wind is blowing.
When they fall
a hurricane is passing
and people run for their homes.

When dictators are brought down
it's a tornado roaring.
People come out for safety.

Dictators hasten democracy.

God created them and saw they were good.
God rested then
so people might will their end.

Tena na Tena

Panzi huruka na mpenziwe
Kama chombo cha anga
Njia na barabara akavuka
Salama akatua
Majanini upande wa pili
Macho ya ndege akiepuka
Na midomo na kwato za ng'ombe
Wachungao akipisha.
Ingawa hawezi dunia kuzunguka
Au mwezini kutua
Maisha ya wawili ni kama.

Chatu mpenziwe akifa
Hujinyima kula hadi kufa
Na njiwa hufa kwa huzuni.
Sokwe wiki maiti huchunga
Harufu asijali.
Maisha ya wawili si kama.

Wewe na mimi
Tuhesabu nyota
Hadi tutaposahau
Tulipofikia
Na kuanza upya.
Tena na tena, mbili milele.
Salama tutatua upande wa pili.

Again and Again

The grasshopper leaps with its mate
like a rocket ship
crossing the footpaths and the road
to land safely
in the grasses on the other side:
avoiding the gaze of the birds
and the lips and hooves of the cows
who protect it as it gives way to them.
Although it can't circle the world
or land on the moon,
the life of two together is like—

If the python's mate dies
it denies itself food until its own death comes
and the dove perishes from sadness.
And the gorilla stays with the corpse for a week
not caring about the stench.
The life of two together isn't like—

Let's you and I
count the stars
until we forget
how far we've come
and start over once more.
Again and again, two forever:
we'll land safely on the other side.

Mlokole

Simba anatufukuza
Mimi na mke wangu
Mti teule tunaupanda
Unayumba, nasi twateleza
Chini twaanguka
Simba akiwa hatua chache.
    (*Kimya*)
Ghafla simba chini anaanguka
Mdomowe ukigusa wangu mguu
Damu kichwani zikimvuja.
    (*Kimya*)
Halafu karibu nami namwona
Bunduki mkononi akitabasamu
Aniaminiye sitamwangusha, anasema.
    (*Kimya*)
Halleluya! Halleluya! Halleluya!
    (*Wimbo, makofi*)

HALLELUYA!

Christian Revivalist

A lion is chasing us,
me and my wife.
We climb an elect tree.
It sways, and we start sliding.
We're falling down,
the lion a few steps away.
    (Silence)
Suddenly the lion collapses,
its mouth touching my foot,
blood oozing from its head.
    (Silence)
Then close beside me I see him,
gun in hand, smiling.
Whoever believes in me I will not make fall, he says.
    (Silence)
Hallelujah! Hallelujah! Hallelujah!
    (Song, clapping)

HALLELUJAH!

Uzi

Weka mkono wako wa kushoto juu ya meza
Kisha uinue kwenye kiwiko
Vidole viguse paji la uso.
Niruhusu nifunge kamba ya maisha
Kati ya kidole gumba na bega lako
Kichwa chako kiwe buyu-fikra la zeze langu
Na moyo wako mdundo wa uhai safarini.
Nyuma yako nimesimama na upinde wa kupigia.
Niruhusu basi nipige zeze karibu na lako sikio
Nikuimbie wimbo wa mapenzi uzeeni.

Tulipoanza safari nilipenda wako mwanya
Sasa nayapenda mapengo yenye mwanya mkubwa
Ambao sikuweza kuuziba kwa dhahabu ya matendo.
Wakati ule hukuwa na makunyanzi usoni
Na tabasamu yenye vidimbwi ilinitia kichaa
Sasa ukitema, mate huishia kifuani.
Lakini uso wako una mistari iliyoandikwa pendo la kweli.

Twende twajikongoja kwa mbwembwe
Vichwa chini tukihesabu nyayo
Za waliokwishatangulia.
Kila pigo la fimbo zetu lasisitiza mapenzi tulonayo
Hatutishwi na hatubabaishwi na wapita njia.
Ingawa hatuwezi kutunga sindano
Kushona ubaya wetu
Matendo mema tulotunga kwenye uzi wa maisha
Ni mashada tosha kutusindikiza kaburini.

Thread

Put your left arm on the table
then bend at the elbow
so your fingers touch your cheek.
Allow me to fasten a thread of life
between your thumb and shoulder
so your head becomes the imaginary calabash of my lute
and your heart the thrumming of existence of our journey.
Allow me, then, to play my lute near your ear
and sing you a song of love in old age.

When we started off, I loved the gap between your front teeth.
Now I love the more, the bigger spaces
that I'm unable to fill with the gold of my actions.
Then, your face was uncreased
and your smile with its tiny pools made me crazy.
Now when you spit, the saliva ends up on your chest;
but your face wears lines engraved by authentic love.

Let's totter ourselves fashionably away,
heads down, counting footsteps of those who've already passed,
each tap of our sticks telling again the love we share.
We're not threatened or harassed by passersby.
Although we can't thread a needle
to mend our meannesses,
the good acts we created with this thread of life
are garlands enough to see us to the grave.

Ukweli-Koko

Nimekuja kusema uwongo
Sikuja kusema ukweli.
Kwani mkigundua kuna ukweli
Katika uwongo mtapenda ushairi wangu.
Lakini mkigundua uwongo
Katika ushairi ulodai ukweli mtanichukia.
Niacheni niimbe:

Watawala Akrika ni wapenda demokrasia
Na fikra zao sahihi zadumu.
Umaskini ni wa kujitakia.
Wafanyakazi wote wavivu kupindukia
Wavuna wapandacho
Ardhi, madini na nafaka ni mali ya umma.
Kiingereza na Kifaransa ni funguo za maisha.
Lugha za Kiafrika ni lugha za mitaani
Nimeimba. Ni mimi ukweli-koko.

Stray Truth

I've come to lie.
I've not come to tell the truth.
Because if you discover that there's truth
in the lying, you'll love my poetry.
But if you discover a lie
in poetry that claims to be true, you'll hate me.
Now let me sing:

African rulers are lovers of democracy
and their right thought will endure for a long time.
Poverty is a choice.
All workers are excessively lazy
and reap what they sow.
Land, minerals, grains are public property.
English and French are the keys to life.
African tongues are the slang of the streets.
I've sung. It's me, stray truth.

Embe-Roho

Kokwa la embe-roho ni koti
Livaliwalo ndani ya mwili.
Ndanimwe mmefichama mbegu hai ya milele.

Nimefanya nini ee Bwana
Kunivisha koti hili liso umri,
Liso mshono wala vifungo.
Koti hili lanibana ninenepapo dhambi
Na huchafuka kirahisi;
Kulivua siwezi na lazima lifuliwe ndani mwangu
Na sabuni iso dukani bali utashi na vitendo.
Naamini, natubu.

Kama nisovunwa na watoto, nedge, wezi au kuoza
Nitaivia mtini.
Nichume ee Bwana kabla sijadondoka
Katika vinyesi vya walevi hujisaidiao chini.

Njia-wakati ni ndefu na fupi.

Mango-Spirit

The kernel of the mango-spirit is a coat
worn inside the body.
Inside it is hidden the living seed of eternity.

What have I done, Father,
to be dressed in this ageless coat
without stitching or buttons.
This coat pinches me when I swell with sin
and stains easily;
I can't take it off and must wash it inside me
and the soap isn't in a shop but waits in desire and acts.
I believe, I repent.

If I'm not taken by children, birds, thieves, or rot
I'll ripen on the tree.
Harvest me, Father, before I slip down
into the dirt of the drunks who relieve themselves below.

The way, the while, are long and short.

Upole wa Mkizi

Hatuogopi kufa
Bali kutangulia
Aliimba mshairi
Na kuwaacha nyuma
Hata mbwa waibao jikoni
Naongezea
Wauawe! Wote!
Ni sauti ya kimya

Gentleness of the Cuttlefish

We're afraid not to die
but to precede,
sang the poet,
and to leave behind
even the dogs who thieve at the stove.
I add:
They are all killed! All of them!
It's the voice of silence.

Muungano

Muungano ni wazo lilozaliwa
Likadondoka mikononi mwa mkunga kipofu
Likawa kubwa kichwa cha mtoto.
Ni fundo la tambara bovu gumu lilofungwa na Jitu.
Sharti meno yatumike kulifundua
Mchanga ulo ndani umwagike
Kuchafua ndimi zisemazo ukweli-huru.

Watemao wateme kiuficho kama wageni
Wamezao wafumbe macho
Watingishe vichwa, juu chini
Kushoto kulia, mbele twendeni!
Nyuma geuka! Hima!
Afande Hasira kalewa. Atapika nyongo.

Tujadili, tukejeli, tucheke, tugeuze maneno
Turekebishe, tuchambue
Baada ya yote
Tupumzike chini ya sitiari huru tata.

Union

Union is an idea that was born.
It fell from the hands of a blind midwife
and came to have a child's big head.
It's the knot tied by a giant in a crusty old rag.
Teeth must be used to untie it
so the sand inside will spill out.
Dirtying things, that's me, says liberated truth.

Those who spit should do it secretly, like foreigners.
Those who swallow should close their eyes,
should shake their heads: up and down,
left and right, let's go forward!
About face! Quickly!
Effendi Anger grows drunk, vomits bile.

Let's debate, deride, laugh, exchange words,
amend, criticize.
After all that
let's rest under a freed, ambiguous metaphor.

Hoja

Asubuhi
Nikiwa ndani ya gari la utalii
Hiki ndicho nilichoona:
Simba dume akimfukuza pundamilia
Juu anamrukia amng'ata shingoni
Na chini aanguka kwa ukemi.
Simba aanzia tumboni kamrarua
Mlowe wa haki ya ubabe.
Nyani mtini wabwekabweka.
Uzuri wa sanaa ya Muumba
Wateketezwa kwa muda mfupi.
Si hoja.

Lakini
Nikakumbuka habari nilizosoma
Nikiwa ndani ya daladala:
Jana jioni kijana mmoja
Jinale limehifadhiwa
Alimbaka msichana
Wa miaka kumi na sita.
Dhuluma ya ubabe huweza kuharibu
Haiba-hulka ya utu kwa muda mfupi.
Na adhabu, laini.
Ni hoja
Ni bado asubuhi.

Statement

Morning.
I'm in a tourists' vehicle.
Here's what I saw:
a male lion chasing a zebra.
He leaps onto her back, catches her round the neck,
and she falls with a cry.
The lion starts to rend her belly,
his banquet a privilege of his strength.
Baboons hoot in the tree.
Beauty of the Creator's art
ravaged in a short while:
it's not a statement.

But
I remembered some news I read
on the city bus:
yesterday evening, a young man,
name undisclosed,
molested a girl of sixteen.
Tyranny of strength undoing
humane character in a short while—
and the punishment, light.
That's a statement.
It's still morning.

Pa!

Pa!   Pa!   Pa!
    (*Kimya*)
Pa!

Pa!

Pa!   Pa!   Pa!
     (Silence)
Pa!

ABOUT THE TRANSLATOR

Annmarie Drury studied Swahili at Yale University, where she received her BA degree, and in Kenya and Tanzania, where her work with Swahili poets was supported by a Fulbright grant. She continued Swahili studies at SOAS, University of London, where she was later employed as a researcher on the Swahili Manuscripts Project. Many of her own poems have appeared in such publications as *The Paris Review*, *Raritan*, and *Western Humanities Review*. She holds a doctorate in English from Yale University and is an assistant professor of English at Queens College, CUNY, specializing in Victorian literature and culture.